சக்கர நாற்காலியில் சிக்கிய பிரபஞ்சம்

ஸ்டீபன் ஹாக்கிங்: சரித்திரம் படைக்கும் தன்னம்பிக்கை மனிதர்

—•——— நாகூர் ரூமி ———•—

சிக்ஸ்த்சென்ஸ்
பப்ளிகேஷன்ஸ்

10/2 (8/2) போலீஸ் குவார்ட்டர்ஸ் சாலை
(தியாகராயநகர் பேருந்து நிலையத்திற்கும்
காவல் நிலையத்திற்கும் இடைப்பட்ட சாலை)
தியாகராயநகர், சென்னை - 600 017
தொலைபேசி : 24342771, 29860070
கைபேசி : 7200050073

Publisher
K.S. Pugalendi

Managing Editor
P. Karthikeyan

Layout
S. Kathiravan

No part of this book may be reproduced or transmitted in any form without permission in writing from the author or publisher

நீங்கள் Smart Phone உபயோகிப்பவராக இருந்தால் QR Code Reader Application மூலம் இதை Scan செய்தால் நேரடியாக எமது இணையதளத்திற்கு சென்று மேலும் எங்கள் வெளியீடுகள் பற்றிய விவரங்களைப் பெறலாம்.

A1 SBN : 978-93-83067-42-8

Title:
Chakkara Narkaliyil Sikkiya Prabhanjam

Author:
Nagore Rumi

Address:
Sixthsense Publications
10/2(8/2) Police Quarters Road,
(Between Thiyagaraya Nagar Bus Stop & Police Station)
Thiyagaraya Nagar, Chennai - 17
Phone: 2434 2771, 29860070
Cell: **72**000 **50**073
Sixthsense Publications
6 th sense_karthi
e-mail : sixthsensepub@yahoo.com
Website: www.sixthsensepublications.com

Edition:
First   : August, 2015
Second   : February, 2017
Third   : December, 2018
Fourth   : February, 2022
Fifth   : August, 2024

Pages : 64
Price : Rs. 99

© **Nagore Rumi**

தலைப்பு : சக்கர நாற்காலியில் சிக்கிய பிரபஞ்சம்

நூலாசிரியர் : நாகூர் ரூமி

பக்கங்கள்   : 64

விலை   : ரூ. 99

உரிமை: © நாகூர் ரூமி

முதற்பதிப்பு   : ஆகஸ்டு, 2015
இரண்டாம் பதிப்பு : பிப்ரவரி, 2017
மூன்றாம் பதிப்பு : டிசம்பர், 2018
நான்காம் பதிப்பு : பிப்ரவரி, 2022
ஐந்தாம் பதிப்பு   : ஆகஸ்ட், 2024

சிக்ஸ்த்சென்ஸ் பப்ளிகேஷன்ஸ்
10/2 (8/2) போலீஸ் குவார்ட்டர்ஸ் சாலை
(தியாகராயநகர் பேருந்து நிலையத்திற்கும் காவல் நிலையத்திற்கும் இடைப்பட்ட சாலை)
தியாகராயநகர், சென்னை – 600 017
தொலைபேசி : 24342771, 29860070
கைபேசி : **72**000 **50**073
மின்னஞ்சல்: sixthsensepub@yahoo.com

இந்தப் புத்தகத்திலுள்ள எந்த ஒரு பகுதியையும் பதிப்பாளர் மற்றும் எழுத்தாளர் அனுமதியை எழுத்து மூலம் பெறாமல் பதிப்பிக்கக் கூடாது.

வாழ்த்துரை

அன்புடையீர், வணக்கம்.

'சக்கர நாற்காலியில் சிக்கிய பிரபஞ்சம்' என்ற நூல் இன்றைய இளைய சமுதாயத்திற்கு மிக உகந்த நூல். ஸ்டீபன் ஹாகிங்ஸின் சாதனை அளப்பரியது. ஊனம் ஒரு தடையல்ல என்பதை நிரூபித்து வாழ்ந்து காட்டி அதிசயிக்க வைத்துள்ளார். இன்றைய உலகின் அறிவியல் ஆராய்ச்சியாளர்களுக்கு முதல் எடுத்துக் காட்டு இவர்தான்.

அனைத்து மாணவ, மாணவிகளும், வெற்றிபெற துடிக்கும் இளைஞர்களும் அவசியம் படிக்க வேண்டிய நூல். அனைவர் வீட்டிலும் இருக்க வேண்டிய பொக்கிஷம்.

இந்த நூலை எழுதிய அற்புத சிந்தனையாளர் திரு. நாகூர் ரூமியை நெஞ்சார வாழ்த்துகிறேன்.

லெ. சபாரெத்தினம்
தலைவர், பாரதி வித்தியாபவன்
சென்னை கேந்திரம்

பதிப்புரை

ஸ்டீபன் ஹாக்கிங் ஓர் அற்புத மனிதர். அவரைப் பற்றி எழுதியுள்ள திரு. நாகூர் ரூமி அவர்கள் ஓர் அறிவுச் சுரங்கத்தையே தன்னுள் வைத்துள்ள ஆற்றல்மிக்க எழுத்தாளர்.

மனிதன் இயங்கத் தேவையான அடிப்படை செயல்பாடுகள் கூட காலத்தின் கோலத்தால் முடக்கப்பட்ட நிலையிலிருக்கிறபோதும் சாதனைகளைப் புரிந்துகொண்டிருக்கிற ஓர் அசாதாரண மனிதனின் வாழ்க்கைச் சரித்திரம் இது.

தன் மனத்தாலும் அற்புதச் சிந்தனைத் திறத்தாலும் அகில உலகமெங்கும் உள்ள விஞ்ஞானத் துறை சார்ந்தவர்களுக்கே சவால் விடக்கூடிய மனிதராக விளங்குகிறார் ஸ்டீபன் ஹாக்கிங். தன் கண்டுபிடிப்புகளை எழுதி வைப்பதற்குக்கூட ஒத்துழைக்காத உடல் இவருடையது. ஆனால் சக்கர நாற்காலியில் இருந்தபடியே இவர் உலகம் முழுவதும் சுற்றி வருகிறார். உலகின் முக்கிய கண்டுபிடிப்பு களுக்கான சூத்திரங்கள், வரைபடங்கள் இவை எல்லாமே இவருடைய மனத்திரையில் கற்பனைக் காட்சிகளாக ஓடவிடப்பட்டு, பிறரின் உதவியால் எழுத்து வடிவம் பெற்று, பின்னர் அது குறித்த ஆராய்ச்சிகள் மேற்கொள்ளப்படுகின்றன. இவர் பெற்ற விருதுகள் எண்ணற்றவை. உலகின் உயரிய விருதான நோபல் பரிசை இவர் பெறும் நாட்கள் அதிதூரத்திலில்லை.

'A Brief History of Time' என்ற இவருடைய புத்தகம் லட்சக் கணக்கான பிரதிகள் விற்றுத் தீர்ந்த, ஆனால் அதிகம் பேர் படிக்காத சாதனையைப் புரிந்துள்ளது. உலகிலேயே இத்தகைய பெருமை பெற்ற புத்தகம் இது ஒன்றுதான். சாதாரண மனிதர்களுக்காக எழுதப்பட்ட புத்தகம் இது. ஆனால் தொடர்ந்து இதைப் படிக்கும் போது அதன் சாதாரணத்தன்மை காணாமல் போய், ஒன்றுமே புரியாத நிலை அதிகரித்துக்கொண்டே போவதுபோல் எழுதப் பட்டுள்ளதால் இதை மேலே படிக்க முடியாமல் திணறுகிறார்கள்.

ஆனால் ஸ்டீபன் ஹாக்கிங்சின் வாழ்க்கையை எளிய நடையில் அற்புதமாக எழுதியுள்ளார் நாகூர் ரூமி. இதைப் படித்தபின் சக்கர நாற்காலியில் உட்கார்ந்தபடி பிரபஞ்ச ரகசியங்களின் முடிச்சுகளை அவிழ்த்துக் கொண்டிருக்கும் அந்த மனிதனின் புத்தகத்தைப் படித்துப் புரிந்து கொள்ளும் பேராற்றல் ஒருவேளை தங்களுக்குக் கைவசமாகலாம்.

பதிப்பகத்தார்

'நாகூர் ரூமி'யின் பிறநூல்கள்

1. ALPHA MEDITATION
2. வெற்றிக்கொடி கட்டு
3. திராட்சைகளின் இதயம்
4. சூஃபி வழி: இதயத்தின் மார்க்கம்
5. அதே விநாடி
6. தாயுமானவள்
7. இந்த வினாடி
8. கனவுகளின் விளக்கம்
9. சிக்மண்ட் ஃப்ராய்ட்
10. மந்திரச்சாவி
11. வரலாறு படைத்த வரலாறு
12. நாகூர் ரூமி கதைகள்
13. நபிமொழிப் கவிதைகள்
14. அஞ்சுகறி சோறு

பொருளடக்கம்

1. முகம் 7
2. குட்டி மேதை 13
3. ஆக்ஸ்ஃபோர்டு ஆண்டுகள் 18
4. நோயும் மருந்தும் 23
5. சக்கர நாற்காலி 32
6. சவால்கள் 38
7. புதிய தொடுவானங்கள் 42
8. விருதுகள் விருதுகள் 48
9. திருப்பங்கள் 51
10. பணம், புகழ், பிரிவு 57
    முடிவாக சில வார்த்தைகள் 63

1. முகம்

சக்கர நாற்காலியில் ஒருவரை வைத்துத் தள்ளிக்கொண்டு வருகிறார்கள். உடலிலிருந்து பிய்த்தெடுத்துவிட்டுப் பின்னர் கோணலாக ஒட்ட வைத்தது போன்ற தலை. கண்கள், உதடுகளில் லேசான அசைவுகள் தெரிகின்றன. மற்றபடி கைகள், கால்கள், இடுப்பு என்று உடல் முழுக்க இயக்கம் செத்துப்போய்விட்டிருந்தது. ஒரு தட்டில் சாப்பாட்டை வைத்து ஒருவர் ஊட்டி விடுகிறார். அவர் ஊட்டுவதில் முக்கால்வாசிக் கீழே பிடிக்கப்பட்ட அந்தத் தட்டிலேயே விழுந்துவிடுகிறது. வாய்க்குள் போன மிகக் குறை வான உணவையும் மென்று விழுங்க அந்த மனிதர் மிகுந்த பிரயா சைப்படுகிறார். ஊட்டும் முயற்சியும் விழுங்கும் பகீரதப் பிரயத் தனமும் தொடர்கின்றன.

இந்தக் காட்சி பார்க்கப்பட்ட இடம் ஒரு மருத்துவமனை அல்ல. சக்கர நாற்காலியில் உட்கார வைக்கப்பட்டவர் சாதாரண மனிதரும் அல்ல. அவர் தள்ளிக்கொண்டு வரப்பட்ட இடம் உலகப்புகழ் பெற்ற காம்ப்ரிட்ஜ் பல்கலைக்கழக வளாகம். அவர் அதில் கணிதத் துறையில் பேராசிரியர்! அவருக்கு ஊட்டியவர் அவருடைய மாணவர்! அவர் வந்துவிட்டால் ஏதோ தேரில் ஏறி ஜூலியஸ் சீசர் பவனி வந்துவிட்டமாதிரி எல்லாக் கண்களும் அவரையே பார்க்கத் துவங்கும்!

அவ்வளவு க்வர்ச்சிகரமான மனிதரா அவர்? ஆம். அதுமட்டு மல்ல. அவர் ஒரு விஞ்ஞானியும்கூட. சாதாரண விஞ்ஞானி அல்ல. நியூட்டன், ஐன்ஸ்ட்டீனுக்குப் பிறகு வந்த, இந்த நூற்றாண்டின் மிகமுக்கியமான விஞ்ஞானி. ஐன்ஸ்ட்டீனின் தவறுகளையும்

சுட்டிக்காட்டிய மாபெரும் விஞ்ஞானி. அவர் நோபல் பரிசு பெறும் காலம் வெகு சீக்கிரத்தில் வரலாம். அதற் கடுத்த நிலையில் உள்ள அத்தனை விருதுகளையும் அவர் பெற்றுவிட்டார்.

அவர் செய்த, செய்து கொண்டிருக்கும் ஆராய்ச்சி மிகப்பெரியது. அது இந்தப் பிரபஞ்சம் பற்றியது. இந்தப் பிரபஞ்சம் எப்போது, எப்படித் தோன்றியது? அது இன்னும் எவ்வளவு காலத்துக்கு இருக்கும்? எப்போது முடியும்? இந்தப் பிரபஞ்சத்தின் உருவாக்கத்தில் ஆண்டவனுக்கு ஏதேனும் பங்கிருக்கிறதா? இருந்தால் அது என்ன? இந்தப் பிரபஞ்சத்தையும், அதில் உள்ள கோடிக்கணக்கான கோள்களையும், நட்சத்திரங் களையும், இந்த பூமியையும், சந்திர சூரியர்களையும் அவர் ஏன் கன்னா பின்னாவென உருவாக்காமல், ஒரு குறிப்பிட்ட ஒழுங்கில் உருவாக்கி இருக்கிறார்? அவர்தான் அப்படிச் செய்தாரா? அப்படி யானால் அவருடைய மனதில் இருந்தது என்ன? அவர் அப்படிச் செய்யவில்லை என்றால், இப்பிரபஞ்சம் தானாகவே ஒரு ஒழுங்கில் உருவானதா? காலம் என்பது என்ன? அப்படி ஒன்று உண்மையிலேயே இருக்கிறதா? அது எப்போது தோன்றியது? தோன்றியிருந்தால், அது எப்போது முடியும்?

இதுபோன்ற கேள்விகளுக்கு விடைகாண முயற்சிப்பதுதான் அவருடைய ஆராய்ச்சிகள்! கிட்டத்தட்ட எல்லாக் கேள்விகளுக்கு மான விடைகளையும் அவர் கண்டு பிடித்துவிட்டார். அந்த ஆராய்ச்சியில் நியூட்டன் என்ன தவறு செய்தார், ஐன்ஸ்ட்டீன் என்ன தவறு செய்தார், அவற்றையெல்லாம் எப்படிச் சரி செய்யலாம் என்றெல்லாம் அவர் ஆராய்ச்சிக் கட்டுரைகள் மூலமும் புத்தகங்கள் மூலமும் விரிவாக எடுத்துக்கூறினார்.

அவை எல்லோராலும் ஏற்றுக்கொள்ளக்கூடியவையா? அல்லது மனித குலத்தின் ஒட்டு மொத்த நம்பிக்கைகளையும் தகர்க்கக் கூடியவையா?

இந்தக் கேள்விகளுக்கான பதில்கள் நமக்கு இப்போது முக்கிய மல்ல. உடல் முழுக்க இயங்க முடியாத நிலையில், மனம், மூளை மட்டுமே தீவிரமாக இயங்கிக் கொண்டிருக்கிற ஒரு மனிதன், தன் சிந்தனைகளின் மூலம் இந்த நூற்றாண்டின் தலை சிறந்த விஞ்ஞானியாக விளங்க முடியும் என்பது ஒரு மனிதனால் செய்ய முடிந்த உச்சகட்ட சாதனை என்று சொல்லலாம்.

அந்த சாதனைச் சிகரத்தின் பெயர்தான் ஸ்டீஃபன் ஹாகிங்.

இது ஒரு மனிதனின் பெயரல்ல. இந்த நூற்றாண்டின் அதிசயத்தின் பெயர். ஆச்சரியம், வியப்பு, சாதனை, மகத்துவம் - இத்தனைக்கும் ஒட்டுமொத்தமாக ஒரு பெயர் வேண்டுமென்றாலும் அது இதுதான்.

எக்ஹார்ட் டாலி என்ற ஆன்மிகவாதி எழுதிய 'த நியூ எர்த்' (The New Earth) என்ற புத்தகத்தைப் பல மாதங்களுக்கு முன் நான் படித்துக்கொண்டிருந்தேன். அப்போதுதான் ஸ்டீஃபன் ஹாகிங் பற்றிய அறிமுகம் எனக்குக் கிடைத்தது. பைத்தியக்காரர்களுக்கும் நமக்கும் என்ன வேறுபாடு என்று டாலி தனக்கு ரயிலில் ஏற்பட்ட ஒரு அனுபவத்தை அடிப்படையாக வைத்து விளக்குகிறார். அந்தப் பகுதியின் முடிவில் ஸ்டீஃபன் ஹாகிங் பற்றிக்கூறுகிறார். (அதிருக்கட்டும் பைத்தியக்காரர்களுக்கும் நமக்கும் உண்மையில் ஒரு வித்தியாசமும் இல்லை என்று டாலி கூறுகிறார் தெரியுமா! நமக்கும் அவர்களுக்கும் உள்ள ஒரே வேறுபாடு, அவர்கள் (யாருமே இல்லாமல்) வெளியில் பேசிக்கொண்டிருக்கிறார்கள். நாம் மனசுக் குள்ளேயே பேசிக்கொண்டிருக்கிறோம் அவ்வளவுதான் வித்தியாசம் என்கிறார். உண்மைதானே!)

இந்த உலகம் மூக்கில் விரலை வைத்து அண்ணாந்து பார்த்துக் கொண்டிருக்கக் கூடிய ஒரு மாபெரும் விஞ்ஞானியின், ஒரு மகா ஆளுமையின் பெயர்தான் ஸ்டீஃபன் ஹாகிங்.

அவருக்கு ஏற்பட்ட வியாதியை அஃகு என்றும் இன்னும் சில பெயர்களிலும் சொன்னார்கள். புரியாத பெயர்களை வைத்து சாதாரண மனிதர்களை பயமுறுத்துவதில் மருத்துவ உலகத்தின் பங்கு மிகப்பெரியது!

அது என்ன ALS ? அமியோட்ரோஃபிக் லேடரல் ஸ்க்லீரோசிஸ் என்று இதற்கு விளக்கம் வேறு! பதிமூன்று வயதாக இருக்கும்போது வெளிப்பட்ட பிரச்சனை. இருபத்தியோரு வயதில் இதுதான் என்று

உறுதியானது. லூ கெஹ்ரிக்-கின் நோய் என்றும் இதற்கு இன்னொரு செல்லப்பெயர் உண்டு. லூ கெஹ்ரிக் என்ற பேஸ் பால் (base ball) விளையாட்டு வீரருக்கு இந்த நோய் வந்ததால் அவர் நினைவாக அவர் பெயரையே வைத்து இந்த நோயையும் அழைத்தார்கள். (ஒரு நோய்க்கு உங்கள் பெயர் வைக்கவேண்டும் என்று நீங்கள் விரும்பினால் செய்யவேண்டியதெல்லாம் ஒன்றுதான். அந்த நோய் உங்களுக்குத்தான் முதன்முதலாக வருமாறு பார்த்துக்கொள்ள வேண்டும். அவ்வளவுதான்)!

இந்த நோயால் என்னென்ன பிரச்சனைகள் வரும்?

விளக்க முடியாது. தீர்க்கவும் முடியாது.

இப்படித்தான் மருத்துவ உலகம் இந்த நோய் பற்றிக் கூறியது. நமது உடலில் இரண்டு விதமான தசைகள் உள்ளன. ஒன்று நம்மைக் கேட்காமல் தாமாகவே இயங்குபவை. இன்னொன்று, நாம் விரும்பினால் அசைக்க முடிபவை. இதயம், நுரையீரல் போன்றவை தாமாகவே இயங்குபவை. இறைவன் மிகப்பெரியவன். நம்மைக் கேட்டுக்கொண்டு இதயம், நுரையீரல், கிட்னி போன்றவை இயங்க வேண்டுமென்றால் ஒரு நிமிடம்கூட நம்மால் உயிரோடு இருக்க முடியாது. கை, கால், கண் போன்றவை எல்லாம் நாம் விரும்பினால் விரும்பியவாறு இயக்க முடிபவை. முன்னதை 'இன்வாலுண்டரி

மஸ்ல்ஸ்' என்றும் பின்னதை 'வாலுண்டரி மஸ்ல்ஸ்' என்றும் ஆங்கிலத்தில் கூறுவர். (இதில் 'செமி வாலுண்ட்டரி மஸ்ல்ஸ்' என்று ஒரு ரகம் உண்டு. அது தாமாகவும் அசையும். நம் விருப்பத்திற் கேற்றவாறும் அசைக்கலாம். உதாரணம் இமைகள். ஆனால் இவையும் 'வாலுண்ட்டரி மஸ்ல்'ஸின் ஒரு பிரிவு என்பதால் தனியாகச் சொல்லவில்லை).

இந்த ஏ.எல்.எஸ். என்ற நோய்க்கு ஆட்பட்டவர்களால் 'வாலுண்டரி மஸ்ல்ஸ்' எதையுமே இயக்க முடியாது. நிரந்தரமாக வாதம் அடித்த மனிதனைப் போல இவர்கள் இருப்பார்கள். போகப்போக பேச்சு குளறும். புரியும்படி இருக்காது. அடிக்கடி கீழே விழுந்துவிடுவார்கள். நடப்பது ஆரம்பத்தில் ஒரு பெரிய போராட்டமாகும். கைகளும் கால்களும் பலவீனமாகிக்கொண்டே போகும். எழுதுவதோ, சாப்பிடுவதோ கஷ்டமாகிவிடும். போகப்போக மூச்சு விடுவதற்குக்கூட ரொம்பவும் கஷ்டப்பட வேண்டிவரும். இந்த நிலைக்கு ஆட்பட்டவர்கள் உயிருடன் இருப்பது வெகு சொற்ப காலமே.

இறுதியாக சக்கர நாற்காலிதான் உலகம் என்று ஆனது ஸ்டீஃபனுக்கு. அதன் மீது ஸ்பெஷலாக வடிவமைக்கப்பட்ட ஒரு கம்ப்யூட்டர். அதோடு பொருத்தப்பட்ட 'வாய்ஸ் சிந்தசைஸர்' என்ற ஒரு கருவி. அதன் உதவி கொண்டு கேட்கப்படும் கேள்விகளுக்கு

அவர் குரலிலேயே பதில்களைச் சொல்ல முடியும். இன்றுவரை இப்படித்தான் அவர் 'பேசி'க்கொண்டிருக்கிறார்.

ஆனால் இவ்வளவையும் தாங்கிக்கொண்டு, திருமணம் செய்து, குழந்தைகள் பெற்று, தீவிரமான சிந்தனையை எப்போதும் செய்து இந்த பிரபஞ்சத்தைப் பற்றிய சில உண்மைகளைச் சொல்லும் அளவுக்கு உள்ளத்தில் ஒருவருக்கு உரமிருக்குமானால், அவரை எப்படி அழைக்கலாம்!

அவருக்கு உண்மையில் என்ன நேர்ந்தது? அல்லது என்னென்ன நேர்ந்தன? அவருடைய வாழ்க்கை எப்படிப்பட்டது?

தெரிந்துகொள்ளலாமா? தெரிந்துகொள்ளவேண்டும். அது நமக்கு எல்லையற்ற நம்பிக்கையை ஊட்டக்கூடியதாக நிச்சயம் அமையும். வாருங்கள் என்னோடு.

● ● ●

2. குட்டி மேதை

1942. *ஜனவரி 08.*

அன்றுதான் இசபல் ஹாகிங், ஃப்ராங் ஹாகிங் ஆகியோருக்கு முதல் குழந்தையாக ஸ்டீஃபன் ஹாகிங் பிறந்தார். விஞ்ஞானி கலிலியோ பிறந்து சரியாக 300 ஆண்டுகள் கழித்து ஸ்டீஃபன் ஹாகிங் பிறந்திருந்தார்.

இது ஒரு முக்கியமான தகவல் என்று ஸ்டீஃபனின் வாழ்க்கை வரலாற்றை அறிந்தவர்களும் எழுதியவர்களும் கூறுகிறார்கள். ஏனெனில் கலிலியோ இந்தப் பிரபஞ்சம் தொடர்பான முக்கியமான தகவல்களை, உண்மைகளைச் சொன்னவர். அதைப்போல ஸ்டீஃபனும் சொல்லப் பிறந்துவிட்டார் என்பது அவர்களது வாதம்.

ஸ்டீஃபனின் அம்மா அந்தக் காலத்திலேயே ஆக்ஸ்ஃபோர்டு பல்கலைக்கழகத்தில் படித்தவர். ஆக்ஸ்ஃபோர்டு பல்கலைக்கழகமே அவர் சேர்வதற்குப் பத்துஆண்டுகளுக்கு முன்பிருந்துதான் பெண்களைச் சேர்க்க ஆரம்பித்திருந்தது. ஸ்டீஃபனின் அப்பா ஃப்ராங்க்கும் ஆக்ஸ்ஃபோர்டில் மருத்துவம் படித்தவர். 1939ல் இரண்டாம் உலகப்போர் வந்தபோது அவர் கிழக்கு ஆப்பிரிக்காவில் மருத்துவ ஆராய்ச்சியில் ஈடுபட்டிருந்தார்.

வெளியில் யுத்தம், உள்ளே முத்தம் என்பதாக யுத்தத்தினூடே ஹாகிங் குடும்பம் மேலும் இரண்டு குழந்தைகளைப் பெற்றுக் கொண்டது. மேரி, ஃபிலிப்பா என்ற இரண்டு பெண் குழந்தைகள். இதில் மேரிதான் ஸ்டீஃபனுக்குப் போட்டி. அந்தப் போட்டி அவர்கள் வயதுக்கு வந்தபிறகுதான் முடிவுக்கு வந்தது!

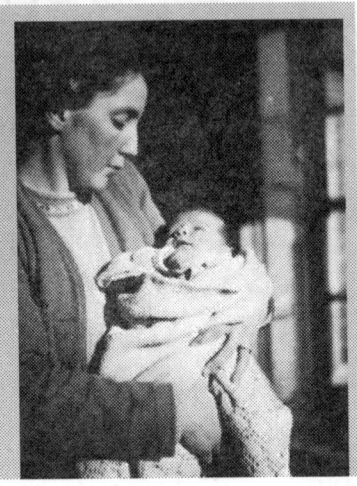

மேரியும் மருத்துவரானார். ஸ்டீஃபன் இயற்பியல் கோட்பாடுகளில் சிறப்புப் படிப்பை மேற்கொண்டிருந்தார். ஆனால் குழந்தையாக இருந்தபோது ஸ்டீஃபனுக்கு விளையாட்டு வராது. கையெழுத்தும் நன்றாக இருக்காது. ஒருவித 'க்ளம்ஸி'யான, அழகற்ற குழந்தையாக அவர் வளர்ந்தார். எட்டு வயது வரை சரியாக எழுதக்கூட அவருக்கு வரவில்லை.

ஆப்பிரிக்காவுக்கு ஆராய்ச்சிக்காகப்போன அப்பா எப்போதாவது தான் வருவார். வந்தாலும் சீக்கிரமே குழந்தைகளை, குடும்பத்தை விட்டுப்பிரிந்து போய்விடுவார். "அப்பாக்கள் எல்லாம் பருவ காலத்தில் வரும் பறவைகளைப் போன்றவர்கள். கிறிஸ்துமஸுக்கு வருவார்கள். குளிர் போய் தட்பவெப்பநிலை கொஞ்சம் சீரானதும் மறைந்துபோய்விடுவார்கள்" என்று மேரி சொல்வாள்.

கொஞ்சகாலம் கழித்து லண்டனில் செயிண்ட் அல்பான்ஸ் என்ற வரலாற்றுச் சிறப்பு மிக்க ஊருக்கு ஹாகிங் குடும்பம் குடிபெயர்ந்தது. தேவாலயங்களுக்கும் ரோம சாம்ராஜ்ஜியத்தின் எச்சங்களுக்கும் புகழ்பெற்ற ஊரது. அங்கு ஒரு மூன்று மாடி வீட்டை வாங்கிக் குடிபெயர்ந்தார்கள். ஆனால் சீரமைப்பு வேலைகள் எதுவும் செய்யவில்லை. குழந்தைகளுக்கு அது ரொம்ப அசௌகரியமாக இருந்தது. ஆனால் பெற்றோர்களின் பொருளாதாரநிலை வீட்டை மேம்படுத்தி வசதி செய்வதற்கு இடம் கொடுக்கவில்லை, என்ன செய்வது?

முக்கியமாக, குளிர்காலங்களில் வீட்டை கதகதவென வைத்திருக்கும் 'செண்ட்ரல் ஹீட்டிங்' செய்யப்படவில்லை. உடைக்கு மேல் உடை போட்டுக்கொண்டுதான் குளிரைச் சமாளிக்க வேண்டியிருந்தது. சுவரில் ஒட்டியிருந்த 'வால்பேப்பர்'கள் கிழிந்துகொண்டே வந்தன. ஜன்னல் கண்ணாடிகள் திடீர்திடீரென (உடைந்து) காணாமல்போயின. அவைகள் சரி செய்யப்படவில்லை.

ஆனால் ஒரே ஒரு விஷயம் மட்டும் வீட்டில் எப்போதுமே இருந்தது. அதுதான் புத்தகங்கள். ஆமாம். அப்பாவும் அம்மாவும் பெரிய 'படிப்பாளி'களாக இருந்தார்கள். நிறையப் புத்தகங்கள் வீட்டில் எப்போதுமே கிடைத்தன. இதையெல்லாம் கவனித்த அக்கம் பக்கத்தார் ஹாகிங் குடும்பத்தை 'எக்சண்ட்ரிக்' (ஒரு மாதிரியான) குடும்பம் என்றே வர்ணித்தார்கள். ஆனால் அதையெல்லாம் ஹாகிங் குடும்பத்தினர் பொருட்படுத்தவே இல்லை. குடும்பத்திற்கென்று 'செகண்ட் ஹாண்ட்' கார் ஒன்று இருந்தது. அதுவும் லண்டன் நகர டாக்ஸிதான். 'பேஸ்மெண்ட்'டில் தேனீக்களையும் வளர்த்து வந்தார்கள். நெட்டையான அப்பா ஃப்ராங்க் தன் குழந்தைகளுக்கு வானவியல் போன்ற பாடங்களில் ஆர்வத்தைத் தூண்டினார். வித்தியாசமான குடும்பம்தான்!

வீட்டிலிருந்து ரகசியமாக வெளியே போவதற்கு ஸ்டீஃபன் பத்துக்கும் மேற்பட்ட வழிகளைக் கண்டுபிடித்து வைத்திருந்தான்! அதில் பத்து வழிகளைத்தான் தன்னால் கண்டுபிடிக்க முடிந்ததாக ஸ்டீஃபனின் 'திருட்டுக் கூட்டாளி' மேரி கூறினாள்! தனக்கு ட்ரேன் என்ற இடத்தில் ஒரு வீடு இருப்பதாக ஸ்டீஃபன் கற்பனை செய்தான். அடிக்கடி அந்த வீட்டுக்குப் போகிறேன் என்று சொல்லி பேருந்துகளின் மீதெல்லாம் குதித்துவிடுவான்! அவனை அடக்குவது பெரும்பாடாகிப் போனது அம்மா இசபலுக்கு. ஒருமுறை ஹாம்ப்ஸ்டெட் ஹீத் என்ற இடத்தில் இருந்த கென்வுட் ஹவுஸ் என்ற வீட்டுக்கு அவர்கள் போனபோது, தன்னுடைய வீடு இதுதான், இதைத்தான் நான் கனவில் கண்டேன் என்று ஸ்டீஃபன் கூறினான்! கனவுலகில் சஞ்சரிக்கக்கூடிய குழந்தையாக, கற்பனை

வளம் மிகுந்த குழந்தையாக ஸ்டீஃபன் இருந்ததை இது காட்டு கிறது. கற்பனையும், கனவும் எல்லா விஞ்ஞானிகளுக்கும் இருக்க வேண்டிய குணங்களல்லவா!

ஆரம்பத்தில் செயிண்ட் அல்பான்ஸில் இருந்த பெண்களுக்கான உயர்நிலைப்பள்ளியில் ஸ்டீஃபன் சேர்க்கப்பட்டான். ஆச்சரியப்பட வேண்டாம். சின்னப்பசங்களையும் வளர்ந்த பெண்களோடு சேர்த்துக்கொண்ட பள்ளி அது. ஆனாலும் பசங்களுக்கென்று தனியான பிரிவு இருந்தது. அங்கே ஸ்டீஃபன் படித்தான். அப்போது அவனது 'க்ளாஸ் மேட்'டுகளில் ஒருத்திதான் ஜேன் வைல்ட் (Jane Wilde). பின்னாளில் ஸ்டீஃபனின் வாழ்வில் மிக முக்கிய பங்கு வகித்தவர் இவர். இருபது ஆண்டுகளுக்கும் மேலாக ஸ்டீஃபனின் முதல் மனைவியாக வாழ்ந்து தன்னை அவரது ஆரோக்கியத்துக்கும் வளர்ச்சிக்கும் அர்ப்பணித்துக்கொண்டவர் ஜேன். இவரைப்பற்றி பின்னால் விரிவாகப் பார்க்கலாம்.

அப்பா ஃப்ராங்க் அந்த ஆண்டு ஆப்பிரிக்காவுக்குச் சென்றபோது வழக்கத்தைவிடக் கொஞ்சம் அதிககாலம் தங்க வேண்டியிருந்தது. எனவே குழந்தைகளை அழைத்துக்கொண்டு இசபல் மஜோர்கா என்ற தீவுக்குச் சுற்றுலா சென்றார். அங்கே அவரது தோழி பெரில் இருந்தார். புகழ்பெற்ற கவிஞரான ராபர்ட் க்ரேவ்ஸ் என்பவரின் மனைவிதான் பெரில். அங்கே ஸ்டீஃபன் சந்தோஷமாக இருந்தான்.

திரும்பிவந்த ஸ்டீஃபன்ஸ் அல்பான்ஸ் பள்ளியில் இலவச மாகப் படிக்கும் அளவுக்குத் தேர்வு களில் மதிப்பெண்கள் பெற்றான். மாதிரி ரயில்களைப் பார்த்து மகிழ்ந்தான். கடிகாரங்கள், வானொலிப்பெட்டிகள் போன்ற வற்றை அக்குவேறு ஆணி வேறாகப் பிரித்தெடுப்பதில் மகிழ்ச்சிகொண்டான். (ஆனால் அவற்றை மீண்டும் சேர்க்கும் வித்தையில் அவன் மனம் செல்லவில்லை)! இதைப்பற்றி ஸ்டீஃபன் ஹாகிங், ''நான் இன்னும்கூட வளராத குழந்தைதான். எப்படி, ஏன் என்ற கேள்விகளை இன்னும் கேட்டுக்கொண்டிருக்கிறேன். எப்போதாவதுதான் அதற்கான பதில்கள் கிடைக்கின்றன'' என்று கூறினார்! அந்த ஆண்டு பள்ளிப்படிப்பு முடிந்தபோது, பெரிதாக மதிப்பெண்கள் எதுவும் வாங்காவிட்டாலும், ஸ்டீஃபனின் அறிவு பற்றி அவரது ஆசிரியர்களுக்கும் கூடப்படித்த மாணவர் களுக்கும் புரிந்துதான் இருந்தது. அவரது சக மாணவர்கள் அவருக்கு ஒரு பட்டப்பெயர் வைத்தார்கள். அது என்ன தெரியுமா?

ஐன்ஸ்டீன்.

ஆம். ஸ்டீஃபன் ஹாகிங் உடைய வகுப்பு நண்பர்கள் அவருக்கு வைத்த பெயர் அதுதான். அது அவரது வருங்காலத்தை முன்னறி விப்பதாக இருந்தது.

•••

3. ஆக்ஸ்ஃபோர்டு ஆண்டுகள்

ஸ்டீஃபனும் அவரது நண்பர்களும் சேர்ந்து 1958-ல் ஒரு கம்ப்யூட்டரை வடிவமைத்தார்கள். கடிகாரங்கள், தொலைபேசி 'ஸ்விட்ச் போர்டு' போன்றவற்றிலிருந்து அவர்கள் அந்தக் கணியை உருவாக்கியிருந்தார்கள். அதற்கு 'லூஸ்' என்று பெயர். என்ன, பெயர் ஒரு மாதிரியாக இருக்கிறதே என்று பார்க்கிறீர்களா? 'லாஜிகல் யூனிசெலக்டர் கம்ப்யூட்டர் எஞ்சின்' என்பதன் சுருக்கம் தான் அது! அடிப்படைக் கணித வேலைகளை அது செய்தது. பின்னர் அதை அவர்கள் கொஞ்சம் மேம்படுத்தவும் செய்தார்கள். அந்த கம்ப்யூட்டர் பற்றிய செய்தி ஊரெங்கும் பரவியது. ஊர்பூராவும் அதே பேச்சாகக் கொஞ்சநாள் இருந்தது. ஸ்டீஃபன் சாதாரணக் குழந்தையில்லை என்பதை இதெல்லாம் காட்டியது.

பள்ளிப்பருவம் முடிந்துவிட்டது. எந்தக் கல்லூரியில் சேர்ப்பது என்ற பிரச்சனை இப்போது எழுந்தது. ஸ்டீஃபனின் அப்பா தான் படித்த ஆக்ஸ்ஃபோர்டில் மகன் படிக்க வேண்டும் என்பதில் பிடிவாதமாக இருந்தார். ஆனால் ஸ்டீஃபனுக்கு விஞ்ஞானம், தாவரவியல், உயிரியல் போன்றவற்றில் ஆர்வமில்லை. கணக்கும் அவ்வளவாக வராது. ஆராய்ச்சி தொடர்பான, குறிப்பாக வானவியல் தொடர்பான எதையாவது படிக்கத்தான் அவர் விரும்பினார். தான் படித்த ஆக்ஸ்ஃபோர்டின் யுனிவர்சிட்டி காலேஜில் மகன் படிக்க வேண்டும் என்று ஃப்ராங்க் விரும்பினார். ஆனால் அங்கே கணிதத்தில் பிரதான பட்டப்படிப்பு எதுவும் இல்லை. எனவே இயற்பியல், வேதியியல் இரண்டையும் தேர்வுசெய்து ஸ்டீஃபன் ஆக்ஸ்ஃபோர்டிலேயே சேர்ந்தார். ஆனால் பின்னாளில் பிரபஞ்சம்

பற்றிய தனது ஆராய்ச்சிக்குத் தேவையான கணித அறிவையெல்லாம் ஸ்டீஃபன் தன் சொந்த முயற்சியிலேயே கற்றுக்கொள்ள வேண்டியிருந்தது.

ஆக்ஸ்ஃபோர்டு படிப்பென்பது எளிதில் யாருக்கும் கிடைத்து விடாது. நுழைவுத்தேர்வு முதல், 'ஸ்காலர்ஷிப்'புக்காகவும் அவர் படித்து 'பாஸ்' ஆக வேண்டியிருந்தது. பள்ளியில் படிக்கும்போது அவ்வளவு சிறப்பான மதிப்பெண்கள் எதையும் அவர் பெற்று விடவில்லை. ஆனாலும் இந்த முறை நுழைவுத்தேர்வில் சிறப்பாக எழுதித் தேர்வாகி 'ஸ்காலர்ஷிப்'பும் பெற்று ஆக்ஸ்ஃபோர்டுக்குச் செல்லத் தயாரானார் ஸ்டீஃபன்.

ஆக்ஸ்ஃபோர்டு யுனிவர்சிட்டி காலேஜில் சேர்ந்தபோது ஸ்டீஃபனுக்கு பதினேழு வயதுதான். மற்ற மாணவர்களைவிட வயதில் கொஞ்சம் இளையவராக இருந்தார். தனிமையை நாடியவராகவும், பள்ளிப்பருவத்தில் கிடைத்த அளவு நட்பு கிடைக்காதவராகவும், சந்தோஷமற்றவராகவும்தான் அங்கிருந்த மூன்று ஆண்டுகளையும் ஸ்டீஃபன் கழித்தார்.

ஆனால் ஒரேயொரு விளையாட்டில் மட்டும் அவர் கலந்து கொண்டார். அதுதான் படகுச்சவாரி. 'போட்டிங்' என்று சொல்லப்பட்ட அந்த விளையாட்டு ஆக்ஸ்ஃபோர்டில் மிகவும் பிரபலமாக இருந்தது. போட்டியும் பொறாமையும் மிகுந்த ஒரு விளையாட்டாகவும் அது இருந்தது. அதில் எப்போதுமே யுனிவர்சிட்டி காலேஜ்தான் ஜெயித்து தன் கௌரவத்தைத் தக்க வைத்துக் கொண்டிருந்தது. 'போட் க்ளப்' என்று சொல்லப்பட்ட அந்தக் கல்லூரிக்குழுவில் ஸ்டீஃபனும் ஒருவர்.

ஆனால் முக்கிய விளையாட்டு வீரராக அல்ல. போனால்போகுதென்று அவரையும் சேர்த்து வைத்துக்கொண்டார்கள். எங்கள் ஊரில் ஒளிந்து பிடித்து விளையாடுவது மற்றும் கபடி போன்ற விளையாட்டுக்களை விளையாடும்போது வயதில் சின்னவர்களும் விளையாடுவேன் என்று அடம்பிடிப்பார்கள். அவர்களை நாங்களும் சேர்த்துக்கொள்வோம். ஆனால் நாக்கை நீட்டி மற்றவர்களிடம் காட்டி 'சும்மா' என்று சமிக்ஞை செய்துகொள்வோம். 'பெரிசு'களுக்கு அது புரிந்துவிடும். இப்படிச் சேர்க்கப்படுவர்களை 'கஞ்சாடை' என்று சொல்வோம். அப்படி ஒரு கஞ்சாடையாகத்தான் ஸ்டீஃபனும் அந்த விளையாட்டில் சேர்த்துக்கொள்ளப்பட்டார். ஏன் அப்படி?

நல்ல உடல் வலிமை கொண்ட மாணவர்கள் படகை ஓட்டு வதற்குத் தேர்ந்தெடுக்கப்பட்டார்கள். ஸ்டீஃபன் போன்ற நோஞ்ச ான்கள் படகின் ஒரு முனையில் நின்றுகொண்டு படகைச் செலுத்து வதற்கு உதவும் வகையில் சப்தமெழுப்புவார்கள். அப்படிப்பட்ட வர்களை 'காக்ஸ்வைன்' (coxswain) அல்லது 'காக்ஸ்' என்று கூறினார்கள். அப்படி ஒரு கஞ்சாடை காக்ஸாக இருந்தார் நம் ஸ்டீஃபன்.

மற்றவர்களுக்கு இயற்பியல் பாடம் கடினமானதாக இருந்தது. ஆனால், ''மிகக்கேவலமான முறையில் ஈஸியாக உள்ளது. பேராசிரி யர்கள் சொல்வதையெல்லாம் கேட்காமலே ஒருவர் இந்தப் பாடத்தில் தேர்வாக முடியும். நிறைய ஞாபகம்கூட வைத்திருக்க வேண்டியதில்லை. சில ஈக்வேஷன்களை நினைவில் வைத்திருந்தால் போதும்'' என்று ஸ்டீஃபன் கூறினார். அப்படித்தான் அவர் நம்பினார்.

ஆனால் அவர் கூற்றை மற்ற மாணவர்கள் யாரும் நம்பவில்லை. அவர்களுக்கு இயற்பியல் கடினமானதாகவே இருந்தது. ஸ்டீஃபன் 'சும்மா பீலா விடுகிறான்' என்றே அவர்கள் நினைத்தனர். ஆனால் அவர்கள் நினைத்தது தவறு என்று விரைவிலேயே நிரூபணமானது.

மின்சாரம், மின்காந்தவியல் ஆகிய பாடங்களில் தீர்க்கவேண்டிய 13 வீட்டுப்பாடங்களை ஆசிரியர்கள் கொடுத்திருந்தனர். அந்த வார முடிவில் ரிச்சர்ட், டெரக் ஆகிய மாணவர்கள் ஒன்றரைப் பாடங்களைத்தான் முடித்திருந்தனர். கார்டன் என்ற மாணவரோ ஒரேயொரு பாடத்தைத்தான் முடித்திருந்தார். ஸ்டீஃபனோ எதையுமே ஆரம்பிக்கக்கூட இல்லை. அடுத்தநாள் பேராசிரியரின் விரிவுரை வகுப்பைத் தவிர்த்த ஸ்டீஃபன், அந்த இடைவெளி

நேரத்தில் அவராகவே, பகல் உணவுக்கு முன்பே பத்து 'ப்ராப்ளம்' களைத் தீர்த்து எழுதிக்கொண்டு வந்தார். அதைப் பார்த்த நண்பரும் மாணவருமான டெரக் ஸ்டீஃபன் பற்றி ஒரு வாக்கியத்தைக் கூறினார். அது மறக்க முடியாத அற்புதமான வாக்கியமாகும். அவர் சொன்னார்: ''ஸ்டீஃபனும் நாங்களும் ஒரே தெருவில் வசிக்க வில்லை என்பதுமட்டுமல்ல, ஒரே உலகத்திலும் நாங்கள் வசிக்க வில்லை''! எவ்வளவு உண்மை! ஸ்டீஃபனின் சிந்தனை உலகம் முற்றிலும் வேறாகத்தான் இருந்தது என்பதை வருங்காலம் காட்டியது.

ஸ்டீஃபனுக்கு பிரபஞ்சவியல் பற்றிய படிப்பிலும் ஆராய்ச்சி யிலும்தான் அதிக ஆர்வமிருந்தது. ஆனால் ஆக்ஸ்ஃபோர்டில் பிரபஞ்சவியல் (காஸ்மாலஜி) பற்றிய படிப்பு இல்லை. அது கேம்ப்ரிட்ஜ் பல்கலைக்கழகத்தில்தான் இருந்தது. ஆனால் அங்கே சென்று படிக்க தேர்வில் முதல் மதிப்பெண் வாங்கவேண்டும்.

பிரபஞ்சம் பற்றி ஏற்கனவே ஐன்ஸ்ட்டீன் வரையிலான கருத்துக்கள் மட்டுமே உலகுக்குத் தெரிந்தன. அது அவரின் 'ஜெனரல் தியரி ஆஃப் ரிலேடிவிட்டி' அடிப்படையிலானது. இந்தப் பிரபஞ்சம் நிலையானது, அதில் மாற்றங்கள் ஏதும் ஏற்படப் போவதில்லை என்று ஐன்ஸ்ட்டீனில் கோட்பாடு கூறியது. ஆனால் 'பிக் பாங்' (big bang) எனப்பட்ட பெருவெடிப்புக்குப் பிறகுதான் இந்தப் பிரபஞ்சம் உருவானது. காலமும் அங்கிருந்துதான் தொடங்குகிறது. இந்தப் பிரபஞ்சம் மாறிக்கொண்டேபோகும். ஒரு கட்டத்தில் பிரபஞ்சமும் காலமும் முடிவுக்கு வந்துவிடும் என்பது 'க்வாண்டம் மெகனிக்'ஸின் கருத்து. இவை இரண்டையும் இணைத்து ஒரு புதுக்கோட்பாட்டை உருவாக்கவேண்டும் என்பது தான் ஸ்டீஃபனின் கருத்து.

ஸ்டீஃபனின் நம்பிக்கை வீண் போகவில்லை. முதல் மதிப்பெண் வாங்கி கேம்ப்ரிட்ஜ் பல்கலைக் கழகத்தில் ஸ்டீஃபன் சேர்ந்தார்.

ஆனால் இந்த சந்தோஷம் ரொம்ப நாள் நீடிக்கவில்லை. ஒரு கருப்பு மேகம் அவரைத் தொடர்ந்து வந்துகொண்டிருந்தது. ஓரிரு தடவைகள் திடீர் திடீரென்று

அவர் நடக்கமுடியாமல் விழுந்தார். ஏன் விழுந்தோம் என்று அவருக்குப் புரியவில்லை. ஆனால் இதை அவர் குடும்பத்தினரிடம் சொல்லாமல் மறைத்தார். ஆனால் மேற்கொண்டு அலட்சியப்படுத்த முடியாத ஒரு நிகழ்வு நடந்தது. அதை அவருடைய நண்பர்கள் பார்த்தனர். பல்கலைக்கழகத்தில் அவருடைய கடைசிப் பருவம் முடிவுக்கு வந்த நேரம் அது. ஒருநாள் திடீரென்று மாடிப்படிகளிலிருந்து ஸ்டீஃபன் கீழே விழுந்தார் தலைகுப்புற.

தற்காலிகமாக நினைவாற்றலை இழந்தார் ஸ்டீஃபன். நினைவுகள் திரும்பப் பலமணி நேரங்களானது. நண்பர்கள் பெரிதும் உதவினர். இருந்தும் மென்ஸா இண்டலிஜண்ட்ஸ் டெஸ்ட் என்று ஒரு பரிசோதனை செய்து இன்னும் தன் அறிவில் எந்தக் குறையும் ஏற்படவில்லை என்பதை உறுதி செய்துகொண்டார். பின்னர் பெர்ஷியா என்று வழங்கப்பட்ட ஈரான் நாட்டுக்கு ஒரு நண்பரோடு பயணம் செல்ல நேரிட்டது. அப்போது அவர் உடல்நிலை மேலும் மோசமானது. இனி கொஞ்சம் கொஞ்சமாக உடல் நிலை மோசமாகிக்கொண்டேதான் போகும் என்பது அவருக்குத் தெரிந்திருக்கவில்லை.

●●●

4. நோயும் மருந்தும்

கிறிஸ்துமஸ் விடுமுறையின்போது ஸ்டீஃபனின் நோய் தன் தீவிரத்தைக் காட்ட ஆரம்பித்தது. நோயின் கடுமையை நண்பர்களிடமிருந்தும் குடும்பத்தினரிடமிருந்தும் மறைக்கவே முடியாத சூழ்நிலை ஏற்பட்டது. ஒருமுறை ஐஸ் ஸ்கேட்டிங் செய்துகொண்டிருந்தபோது ஸ்டீஃபன் அப்படியே ஐஸ் கட்டியின்மீது குப்புற விழுந்தார். ஆனால் அவரால் அதிலிருந்து எழுந்திருக்கவே முடியவில்லை. குடும்ப மருத்துவரிடம் காட்டினார்கள். ஆனால் என்ன நோய் ஸ்டீஃபனைத் தாக்கியது என்று அவரால் கண்டுபிடிக்க முடியவில்லை. அவர் வேறு ஒரு 'ஸ்பெஷலிஸ்ட்'டிடம் காட்டச் சொல்லி எழுதிக்கொடுத்தார்.

புது வருடத்தன்று நண்பரொருவர் ஒரு விருந்து கொடுத்தார். அதில் கலந்துகொண்ட ஸ்டீஃபன் அங்குதான் ஜேன் வைல்டைச் சந்தித்தார். ஜேனும் அவரும் பெயர்களையும் முகவரிகளையும் பரிமாறிக்கொண்டனர். ஸ்டீஃபனை ஜேனுக்கு ரொம்பவும் பிடிக்கும். அவரது தனித்துவமும், நகைச்சுவையாகப் பேசும் குணமும் அவளைக் கவர்ந்திருந்தன. கொஞ்சநாள் கழித்து ஆச்சரியப்படும் வகையில் ஸ்டீஃபனிடமிருந்து அவளுக்கு ஒரு விருந்துக்கு அழைப்பு வந்தது. அது ஸ்டீஃபனின் 21-வது பிறந்த நாளுக்கான விருந்து அழைப்பு என்று அவளுக்குத் தெரியாது. பின்னர் ஜேன் லண்டனுக்குச் சென்று தன் படிப்பைத் தொடர்ந்தார்.

பிறந்தநாள் விருந்துக்குப் பிறகு செயிண்ட் பார்த்தலோமியோ ஆஸ்பத்திரியில் ஸ்டீஃபனை பரிசோதனை செய்தார்கள். அங்குதான் ஸ்டீஃபனின் சகோதரி மேரியும் மருத்துவராவதற்கான பயிற்சி

பெற்றுக்கொண்டிருந்தார். அங்கே இரண்டு வாரங்கள் ஸ்டீஃபன் தங்கி வேதனையூட்டக்கூடிய பல தொடர்ந்த பரிசோதனைகளுக்கு உட்படுத்தப்பட்டார். இறுதியில் அந்த துரதிருஷ்டமான தகவலைச் சொன்னார்கள்.

அவருக்கு வந்திருப்பது அமியோட்ரோஃபிக் லேட்டரல் ஸ்க்லீரோசிஸ் என்ற நோய். ஏ.எல்.எஸ். என்று சுருக்கமாகவும், லூகெஹ்ரிக் என்ற 'பேஸ் பால்' விளையாட்டு வீரருக்கு வந்ததால் லூகெஹ்ரிக்-கின் நோய் என்றும் அழைக்கப்பட்ட அது மிகவும் கொடுமையானது என்பதையெல்லாம் ஏற்கனவே சொன்னோம். நோய் முற்றிப்போனவர்களுக்கு 'நார்ம'லாக மூச்சுவிட முடியாது. அவர்களுக்கு செயற்கையாக 'ரெஸ்பிரேட்டர்' வைக்கப்படும். 'நிமோனியா'வால் இறப்பு ஏற்படும் அபாயம் எப்போதுமே இருந்தது. ஏற்கனவே சொன்னபடி, கண்ணுக்குத் தெரியும் தசைகள் எதையுமே நாம் இயக்க முடியாது. அவைகளின் இயக்கம் நின்று போகும். அதாவது வெளியில் தெரிகிற உடல் செத்துவிடும். கண்களிலும் உதடுகளிலும் அவ்வப்போது தெரிகிற ஒருசில அசைவுகளைத் தவிர. ஆனால் இதில் ஒரு நல்ல விஷயம் என்னவெனில் முக்கியமான உள்ளுறுப்புகளான இதயம், நுரையீரல், கிட்னி போன்ற எதுவுமே பாதிக்கப்படாது. அதுதான் உயிரை முடிந்தவரை காப்பாற்றி வைத்திருக்கும்.

இப்படி ஒரு நோய் நமக்கு வருமானால், இழுத்துப் போர்த்திப் படுத்துக்கொண்டு நாம் காலத்தைக் கடத்திவிடுவோம். ஆனால் ஸ்டீஃபனுக்கும் நமக்கும் உள்ள வித்தியாசம் அதுதான். ''நான் ஒரு நார்மலான வாழ்க்கையை வாழ்ந்துகொண்டிருந்தேன்'' என்று தான் எழுதிய மிகப்பிரபலமான A Brief History of Time என்ற நூலில் அவர் கூறும்போது நம்மால் வியப்படையாமல் இருக்கவே முடியாது.

ஆனாலும் நோய் இன்னதென்று தெரிவிக்கப்பட்ட பிறகு ஸ்டீஃபனுக்கு ரொம்பவும் அதிர்ச்சியாக இருந்தது. எதிர்காலம் என்ற ஒன்றே இல்லாமல் வெறுமையாகி எல்லாமே இருண்டு போனது. ''எனக்கு ஏன் இப்படி நடக்க வேண்டும்?'' ''சாதாரண வாழ்க்கையிலிருந்து நான் ஏன் இப்படி வெட்டப்பட வேண்டும்?'' என்று அவர் தன்னைத்தானே கேட்டுக்கொண்டார். நாமாக இருந்தால், ''ஆண்டவனே உனக்குக் கண் இல்லையா?'' என்ற ரீதியில் புலம்பியிருப்போம். ஆனால் இறைநம்பிக்கை ஸ்டீஃபனுக்கு இல்லாமல்போனது. அவர் கடவுளைப் பற்றி நினைக்கவே இல்லை. எனவே வந்திருக்கும் நோய்க்காகக் கடவுளைக் குறைகூறவும் இல்லை. அவர் தன்னையே நொந்துகொண்டார். மருத்துவமனையில் வெள்ளை அணுக்கள் அபரிமிதமாக, தேவைக்கு அதிகமாக உருவாகக்கூடிய லுகேமியா என்ற கான்ஸர் நோயினால் அவருக்கு எதிரில் இருந்த ஒரு சிறுவன் இறந்துபோவதைக் கண்எதிரில் கண்டார். தன்னைவிட மோசமான விதியைக் கொண்டவர்கள் உலகில் நிறையப் பேர் இருக்கிறார்கள் என்ற உண்மை அவருக்கு அப்போது புலப்பட்டது. அது கொஞ்சம் ஆறுதல் அளித்தது என்றுகூடக் கூறவேண்டும். என்றாலும் அவரது விஞ்ஞானக் கனவுகள், பிரபஞ்சம் பற்றிய பெரிய பெரிய கனவுகள் கொஞ்சகாலம் கலைந்துபோயின என்றுதான் சொல்லவேண்டும். இருக்காதா பின்னே?

எப்போதெல்லாம் தன்னைப்பற்றிக் கழிவிரக்கம் கொள்ள நேரிட்டதோ அப்போதெல்லாம் அவர் லுகேமியாவால் இறந்து போன அந்த சிறுவனை நினைத்துக்கொள்வார். எனினும் சவால்கள் எதுவுமே இல்லாத வாழ்க்கை வெறுமையானது. 'போ'ரடித்தது. ''நான் செத்துப்போவதாக இருந்தால்கூட நல்லதுதான்'' என்றுகூட நினைத்திருக்கிறார்.

என்றாலும் நம்பிக்கை முழுமையாக அவரை விட்டுப் போய்விட வில்லை. அதுதான் அவரை இன்றுவரை காப்பாற்றி வருகிறது.

வாழ்க்கையில் நமக்கு ஒரு தீவிரமான நோக்கமிருக்குமானால், அந்த நோக்கத்தை, லட்சியத்தை அடையவேண்டும் என்பதற்காகப் போராட நாம் முயற்சி செய்வோமானால், அதுவரை, அந்த லட்சியத்தை அடையும்வரை நம் உடல் ஆரோக்கியமானதாக இருக்கும், அதுவரை இறப்பும் வராது என்று என் குருநாதர் சொல்வார். ஸ்டீஃபன் ஹாக்கிங் விஷயத்தில் நடந்திருப்பதும் அதுதான். அவர் மனதளவில் வேறு ஒரு உலகில் சஞ்சரித்துக் கொண்டிருக்கிறார். யாருமே சிந்திக்காத ஒன்றைப்பற்றி சிந்தித்துக்கொண்டிருக்கிறார். பிரபஞ்சம் பற்றிய சில முக்கியமான கேள்விகளுக்கு நிச்சயமான விடைகளைக் கண்டுபிடித்து விடவேண்டும் என்ற லட்சியத்தோடு இருக்கிறார். அதற்காக அல்லும் பகலும் சக்கர நாற்காலியிலேயே அவர் மனம் சக்கரமாகச் சுற்றிவந்துகொண்டிருக்கிறது. விரைவில் செத்துவிடுவார் என்று மருத்துவர்கள் கூறியும் இன்றுவரை அவருக்கு எதுவும் ஆகாமல் இருப்பதற்கு அதுவே காரணம் என்று நான் நினைக்கிறேன். என் குரு சொன்ன உண்மைக்குச் சாட்சியாக, ஆதாரமாக ஸ்டீஃபன் ஹாக்கிங்கின் வாழ்வு இருந்துகொண்டிருக்கிறது.

ஆறுதல் வேண்டி வாக்னரின் ஓபரா இசை நிகழ்ச்சிகளுக்குச் சென்றுவந்தார். ''என் இருண்ட மனநிலைக்கு அது சரியாக இருக்கும்'' என்று நினைத்தார். படிப்பைப் பொறுத்தவரை மருத்துவர்கள் ஊக்கம் கொடுக்கவே செய்தார்கள். ஆனால் விரைவிலேயே இறந்துபோக இருக்கும் தனக்குப் படிப்பெதற்கு என்றே ஸ்டீஃபன் நினைத்தார். எனினும் மருத்துவரான தன் தந்தை தனக்கு உதவமுடியலாம் என்று நினைத்தார். அவர் அப்பா ஃப்ராங்க்கும் அவரால் முடிந்த ஆராய்ச்சிகளெல்லாம் செய்து பார்த்தார். விடுமுறைக்குப் பிறகு மருத்துவர்கள் சொன்னதுபோல பட்டப் படிப்பைத் தொடர கேம்ப்ரிட்ஜ் பல்கலைக்கழகத்துக்குத் திரும்பினார் ஸ்டீஃபன்.

ஸ்டீஃபனுக்கு வந்த நோய் பற்றி டயானா என்ற தோழி மூலம் ஜேன் வைல்டுக்குத் தெரிய வந்தது. அவள் மிகவும் கவலையடைந்தாள். ''நம்மால் என்ன செய்ய முடியும்? ஸ்டீஃபனுக்காக நீ பிரார்த்தனை செய், நாம் அதைத்தான் செய்ய முடியும்'' என்று அவள் அம்மா கூறினார்.

ஆனால் ஆச்சரியமூட்டும் விதமாக அடுத்த வாரமே அவளுக்கு ஸ்டீஃபனைப் பார்க்கும் வாய்ப்பு எதிர்பாராமல் கிடைத்தது. தன்

‘செக்ரட்டீரியல்’ வகுப்புகளைத் தொடர்வதற்காக அவள் சென்று கொண்டிருந்த அதே ரயிலில்தான் ஸ்டீஃபனும் காம்ப்ரிட்ஜுக்குத் திரும்பிக்கொண்டிருந்தார். அவர் நல்ல ‘மூடி’லும் இருந்தார். இருவரும் ஜாலியாக மனம்விட்டுப் பேசிக்கொண்டே சென்றனர். இருவரும் பின்னர் வாழ்க்கையில் இணைவதற்கான அஸ்திவாரத்தை அந்த ரயில் பயணம் அமைத்தது. ஸ்டீஃபன் தன் வியாதி பற்றி எதுவும் பேசவில்லை. யாரிடமும் அதுபற்றிப் பேசவும் அவர் விரும்பவில்லை. ஒரு இத்தாலிய உணவு விடுதியில் ஒரு ‘டின்னர் பார்ட்டி’ தருவதாக ஸ்டீஃபன் ஜேனுக்கு வாக்களித்தார். அவர்களுடைய முதல் அதிகாரப்பூர்வமான ‘டேட்டிங்’ அது. அதோடு ‘தியேட்டர்’ சென்று பொழுதைக் கழிக்கவும் ‘டிக்கட்’டுகள் எடுப்பதாக ஏற்பாடு.

சில மாதங்களுக்குப் பிறகு கேம்ப்ரிட்ஜில் ‘மே பால்’ என்ற ஒரு நிகழ்ச்சி நடந்தது. அதற்கு ஜேனை ஸ்டீஃபன் அழைத்திருந்தார். அவளை அழைத்துப்போக அவர் வந்தபோது அவரது உடல்நிலை மோசமடைந்திருந்தது. அதைப் பார்த்து ஜேனுக்குக் கொஞ்சம் அதிர்ச்சியாகத்தான் இருந்தது. என்றாலும் இருவரும் தங்கள் நேரத்தை சந்தோஷமாகக் கழித்தனர்.

அவர் நினைவாகவே இருந்தது ஜேனுக்கு. ஸ்டீஃபனுக்கு தன்னால் ஏதாவதொரு வகையில் சந்தோஷம் தர முடியுமா என்று யோசித்தாள். அந்த சந்தோஷம் கொஞ்ச காலத்துக்குத்தான் என்றாலும் சரி. அதற்கு அவள் தயாராக இருந்தாள். ஆனால் என்ன செய்வதென்று மட்டும் ஜேனுக்குத் தெரியவில்லை. பிறகு ரொம்ப நாள் ஸ்டீஃபனை ஜேனால் பார்க்க முடியவில்லை. அவளுடைய படிப்பையும் தொடர வேண்டியிருந்தது.

ஸ்டீஃபனால் சாதாரணமாக நடக்கமுடியாமல் போனது. நீண்ட தூரத்துக்கு நடக்க முடியவில்லை. ஸ்டீஃபனின் நிலை பற்றி மேலும் தெரிந்துகொள்ள ஜேனுக்கு ஆர்வமிருந்தது. ஆனால் அதற்கான வழி தெரியவில்லை. கல்லூரியிலிருந்த கிறிஸ்தவ அமைப்பில் அடைக்கலம் புகுந்தாள். கடவுள்தான் காப்பாற்ற வேண்டும் என்று நினைத்தாள். ஸ்டீஃபனின் தெய்வமறுப்புக் கொள்கைக்கு அது நேர் எதிரானதாக இருந்தது.

இன்னும் இரண்டு ஆண்டுகள்தான் ஸ்டீஃபன் உயிர்வாழ்வார் என்ற அதிர்ச்சியூட்டும் செய்தியை அப்பா ஃப்ராங்க் கேட்டபோது அவரால் நிம்மதியாக இருக்க முடியவில்லை. ஸ்டீஃபனின்

ஆராய்ச்சிக்கான வழிகாட்டியாக டெனிஸ் சியாமா என்பவர் இருந்தார். சீக்கிரம் ஆய்வுக்கட்டுரையை ஸ்டீஃபன் முடிக்க உதவி செய்யுமாறு அவரை ஃப்ராங்க் கேட்டுக்கொண்டார். ஸ்டீஃபனின் திறமைகள் சியாமாவுக்குத் தெரிந்திருந்தாலும் அவர் அவசரப்படுத்த விரும்பவில்லை. அதோடு ஆய்வில் தீர்க்கவேண்டிய பிரச்சனைகள் கிடைக்காமல் ஸ்டீஃபன் தவித்துக்கொண்டிருந்தார்.

கிறிஸ்துமஸ் விடுமுறையில் ஸ்டீஃபனும் ஜேனும் அடிக்கடி சந்தித்து 'ஓபரா' சென்று சந்தோஷமாக இருந்தனர். வழக்கம்போல தன் நோய் பற்றி யாரிடமும் பேசுவதை ஸ்டீஃபன் விரும்பவில்லை. அதற்கான அவசியமும் ஜேனிடம் ஏற்படவில்லை. அதோடு ஜேனுக்கும் தனக்கும் ஒரு நீண்ட கால உறவு ஏற்படும் என்றெல்லாம் ஸ்டீஃபன் கற்பனை செய்யவும் இல்லை.

இறுதியில் மருத்துவர்கள் ஸ்டீஃபன் விஷயத்தில் தங்கள் கைகளைக் கழுவிவிட்டார்கள். இனி அவருக்குத் தங்களால் உதவ முடியாது என்று கைவிரித்தனர். அவர்கள் நம்பிக்கை இழந்து விட்டனர். அவர்களைப் பொறுத்தவரை எல்லாம் ஆண்டவன் விட்ட வழி. ஸ்டீஃபனைப் பொறுத்தவரை எல்லாம் இயற்கை விட்ட வழி.

இதற்கிடையில் ஜேன் ஸ்பெயின் நாட்டுக்குச் செல்ல வேண்டி யிருந்தது. ஆனால் அங்கிருந்து அவள் அடிக்கடி ஸ்டீஃபனுக்குக் கடிதங்கள் எழுதினாள். ஆனால் ஸ்டீஃபன் எந்தக் கடிதத்துக்கும் பதில் போடவில்லை.

1963 ஜூன் மாதத்தில் பேராசிரியர் ஹோய்ல் பிரபஞ்சவியல் பற்றி ஒரு உரை நிகழ்த்தினார். அதன் முடிவுகளில் தவறு உள்ளது என்று ஸ்டீஃபன் கூறினார். எப்படித்தெரியும் என்று கேட்டதற்கு, தான் ஏற்கனவே அது பற்றி யோசித்து வைத்துவிட்டதாகக் கூறினார். எல்லாவற்றையும் அவர் மூளையிலேயே வைத்திருக்கக்கூடும் என்று சக மாணவர்கள் கருதினர். ஏனெனில் சாதாரணமானவர்களைப்போல அவரால் எழுதி வைக்க முடியாது. சூத்திரங்கள், படங்கள் என்று எல்லாவற்றையுமே அவர் மனதின் திரையில் கற்பனை செய்துதான் வைத்திருக்க முடியும். ஆனால் நர்லீகர் என்ற சக ஆராய்ச்சி மாணவரோடு பலநாள் ஸ்டீஃபன் அதுபற்றி விவாதித்து வைத்திருந்தார்.

ஜேன் வெனிஸ் நகரத்துக்குச் சென்றபோது அங்கே அவளுக்காக ஒரு தபால் கார்டு காத்திருந்தது. அது ஸ்டீஃபனிடமிருந்து வந்திருந்தது! கோடைகால முடிவில் அவர்கள் செயிண்ட் அல்பான்ஸுக்குத் திரும்பியபோது ஸ்டீஃபனுக்கு உடல்நிலை பரவாயில்லை என்று சொல்லும்படியாக இருந்தது. ஒரு வாக்கிங் ஸ்டிக்-கை ஸ்டீஃபன் பயன்படுத்த ஆரம்பித்திருந்தார்.

இந்த நாட்களில் ஸ்டீஃபனும் ஜேனும் மிகவும் நெருக்கமாயினர். அந்த நெருக்கம் ஒரு உறவாகப் பரிணமிக்குமானால் அது தன் வாழ்க்கையை மலர வைக்கும், மணக்க வைக்கும் என்று ஸ்டீஃபன்

நம்பினார். உன்னைத் திருமணம் செய்துகொள்ள விரும்புகிறேன் என்று அந்த ஆண்டு அக்டோபர் மாதம் ஸ்டீஃபன் ஜேனிடம் சொன்னார். அப்படி அவர் கேட்கவேண்டும் என்பதற்காகவே ஜேன் காத்திருந்தாள். உடனே சரி சொல்லிவிட்டாள்.

உங்கள் மகளை எங்கள் மகனுக்குத் தரமுடியுமா என்று ஜேனுடைய தந்தையிடம் ஸ்டீஃபனுடைய பெற்றோர் முறைப்படி கேட்டனர். ஒரு நிபந்தனையின் பேரில் அவர்கள் ஒப்புக்கொண்டனர். அதாவது, ஜேன் படிப்பை முடிப்பதற்கு அவர்கள் ஒத்துக் கொள்ளவேண்டும் என்பதுதான் நிபந்தனை. "அறிவுப்பூர்வமாக ஏற்றுக்கொள்ளமுடியாத" எதையும் ஜேனின்மீது திணிக்கமாட்டேன் என்று ஸ்டீஃபனும் உறுதிகூறினார். அவரைப்போல ஒரு மனிதனை தனது மகள் கணவராக ஏற்றுக்கொள்ள முடிவு செய்திருந்தால், தன் அப்பா முடிவெடுத்த மாதிரி தான் எடுத்திருக்க முடியுமா என்பது சந்தேகமே என்று பின்னாளில் ஜேன் கூறினார்.

ஸ்டீஃபன் ரொம்ப நாள் வாழமாட்டார். எனவே, குழந்தை பெற்றுக்கொள்ளவேண்டும் என்ற ஆசையிருந்தால் அது காலம் தாழ்த்தாமல் நிறைவேற்றப்படவேண்டும் என்று ஒரு எச்சரிக்கையை ஸ்டீஃபனின் அப்பா ஃப்ராங்க் ஜேனுக்குக் கொடுத்தார். ஆனால் ஸ்டீஃபனின் நிலையால் அவர்களுக்குக் குழந்தைகள் ஏற்பட வாய்ப்பில்லை என்றும் ஒரு மருத்துவராக உறுதி கூறினார்.

ஜேன் செய்தது ஒரு மிகப்பெரிய தியாகம் என்பதில் சந்தேக மில்லை. அன்பு, பாசம், தியாகம், அர்ப்பணிப்பு - இதுபோன்ற குணங்களெல்லாம் இந்தியப் பெண்களின் ரத்தத்திலும் பாரம் பரியத்திலும் ஊறியது. (ஆனால் இப்போது அது மாறிக் கொண்டிருக்கிறது என்பது வேறுவிஷயம். சொர்க்கத்தில் மனைவிகள் இருக்கமாட்டார்களாமே, அப்படியா என்று ஒரு இந்திய மனைவி கேட்டாளாம். அதற்கு அவள் கணவன், "அதனால்தான் அதற்கு சொர்க்கம் என்றே பெயர்" என்று பதில் சொன்னானாம். இது இன்றைய நிலையாக இருக்கலாம்).

பொறுப்புகளையும், தடைகளையும், சவால்களையும் ஏற்றுக்கொள்ள அவள் தயாராக இருந்தாள். ஆனால் அவை காலம் செல்லச் செல்ல மிகவும் கடினமானதாக மாறிக்கொண்டே போயின. இவ்வளவுக்கும் அவள் ஸ்டீஃபனிடமிருந்து எதிர்பார்த்ததெல்லாம் அன்பு ஒன்றுதான்.

''ஜேனோடு எனக்கேற்பட்ட அந்த நிச்சயதார்த்தம் என் வாழ்க்கையை மாற்றியது. நான் ஏன் வாழவேண்டும் என்ற கேள்விக்கு ஒரு பதிலைக் கொடுத்தது'' என்று ஸ்டீஃபன் கூறினார்.

1965-ம் ஆண்டு, ஜூலை 14-ம் தேதி கேம்ப்ரிட்ஜின் ட்ரினிட்டி ஹாலில் இருந்த ஒரு தேவாலயத்தில் எளிமையாக ஸ்டீஃபன் ஹாகிங் மற்றும் ஜேன் வைல்ட் இருவரும் முறைப்படி திருமணம் செய்துகொண்டு கணவன் மனைவியாயினர். அன்றிலிருந்து ஸ்டீஃபனின் நோய்க்கு அன்பு மருந்தாக ஜேன் அமைந்தார்.

•••

5. சக்கர நாற்காலி

திருமணம் முடிந்து ஒரு வாரம் புதிய தம்பதிகள் ஸஃபோக் என்ற ஊருக்கு தேனிலவுக்குச் சென்றார்கள். இயற்கை அழகு கொட்டும் ஒரு இடம் ஸஃபோக். அதன் கடற்கரையும் மலைகளும் கண் கொள்ளாக் காட்சி. மிகவும் எளிமையான முறையில் தம்பதிகள் தங்கள் மகிழ்ச்சியை அங்கே பகிர்ந்துகொண்டனர், பரிமாறிக் கொண்டனர்.

அதன்பிறகு நியூயார்க்கில் இருந்த கார்னல் பல்கலைக்கழகத்தில் நடந்த கோடைகால வகுப்புகளுக்கு ஸ்டீஃபனும் ஜேனும் சென்றனர். தன் எதிர்கால புகழுக்கான தொடர்புகள் ஸ்டீபனுக்கு அங்குதான் கிடைத்தன. ஆனால் அங்கிருந்தபோதுதான் ஸ்டீஃபனுக்கு மூச்சடைக்கின்ற, கழுத்தை யாரோ நெரிப்பதுபோன்ற வகையிலான வலிப்பு வந்தது.

ஸ்டீஃபன் தன் நோய்பற்றி யாரிடமும் பேசிக்கொண்டதில்லை. அதை அவர் விரும்பியதும் இல்லை. இதற்கு ஜேனும் விதி விலக்கல்ல. ஆனால் முதன்முறையாக கார்னெல் பல்கலைக்கழகத்தில் இருந்தபோது வந்த வேதனை மிகுந்த வலிப்புதான் தன் கணவரின் நோயின் தீவிரத்தை ஜேனுக்கு அறிவித்தது. அதற்கவர் நேரடி சாட்சியாக இருந்தார். முதன்முறையாக. அந்த வகையான மூச்சடைக்கும் இழுப்பு ஏ.ஏல்.எஸ். நோயினால் பாதிக்கப் பட்டவர்களுக்கு வரும் அடையாளங்களில் ஒன்று என்பதும் ஜேனுக்கு மிகுந்த அதிர்ச்சியூட்டியது.

என்ன செய்வதென்று ஜேனுக்குத் தெரியவில்லை. இறுதியில் ஸ்டீஃபன்தான் சைகை மூலம் தன் முதுகில் தட்டச் சொன்னார்.

அந்த அனுபவம் கணவருடைய நோயின் ''பேய்த்தன்மையை'' தனக்குக் காட்டியதாக பின்னர் ஜேன் குறிப்பிட்டார். இனிமேல் தங்கள் வாழ்க்கை போக இருக்கின்ற திசையை அது சுட்டிக் காட்டியது. அது மிகவும் பயங்கரமானது. இருட்டானது. ஸ்டீஃப னுடைய நிலையைவிட ஜேனுடைய நிலைதான் உண்மையில் மிகவும் பரிதாபகரமானது.

1965 அக்டோபரில் ஸ்டீஃபனுக்கு கான்வில் அண்டு கயஸ் காலேஜ் என்ற கல்லூரியில் ஒரு வேலை கிடைத்தது. கல்லூரிக்கு அருகில் ஒரு சின்ன வீட்டை வாடகைக்கு எடுத்துக்கொண்டு தம்பதியர் அங்கு சென்றனர். அவர் தனது கல்லூரி அலுவலகத்துக்கு நடந்தே செல்லலாம். சமயங்களில் ஜேன் வெஸ்ட்ஃபீல்டில் உள்ள தனது வீட்டுக்குச் சென்றுவிடுவார். ஏனெனில் அவர் தனது பட்டப்படிப்பின் இறுதியாண்டில் இருந்தார். வெள்ளிக்கிழமைகளில் ஸ்டீஃபன் இருந்த வீட்டுக்கு வந்து அவரை கவனித்துக்கொள்வார். அவரது ஆராய்ச்சிக் கட்டுரைகளை 'டைப்' செய்வார். பின் திங்கள் காலையில் மறுபடியும் தனது வீட்டுக்குச் சென்று விடுவார். தன் படிப்பைத் தொடர.

ஸ்டீஃபனுக்கு அவ்வளவாகக் கணித அறிவு கிடையாது. அது இப்போது அவரது பிரபஞ்சம் பற்றிய ஆராய்ச்சிகளுக்கு அவசியம் தேவைப் பட்டது. அதனால் கணித அறிவை தானே வளர்த்துக்கொள்ள அவர் தனக்குத்தானே ஒரு ஆக்கப்பூர்வமான ஏற்பாடு செய்துகொண்டார். கல்லூரியில் இளங்கலை கணிதப் படிப்புக் கான மாணவர்களை மேற்பார்வை செய்யும் வேலை இருந்தது. அதைப் பயன்படுத்தி அவரே அவருடைய கணித அறிவை மேம்படுத்திக் கொண்டார். ஒரு பேராசிரியராகவும் ஒரு மாணவராகவும் ஒரே நேரத்தில் இருந்துள்ளார். சரியான மனநிலை கொண்ட எல்லாப் பேராசிரியர்களுமே இப்படித்தான் இருப்பார்கள். சொல்லிக்கொடுத்துக்கொண்டே கற்றுக்கொள்வார்கள். கற்றுக்கொண்டே சொல்லிக் கொடுப்பார்கள்.

ஸ்டீஃபன் முடிந்தவரை ஒரு 'நார்ம'லான வாழ்க்கை வாழத்தான் முயற்சி செய்தார். ஆனால் அவரை மாதிரியானவர்களுக்கு

இங்கிலாந்தில் வசதிகள் குறைவாக இருந்தன. எனவே சுற்றி இருந்த சூழல் அவர்களுக்கு எதிரானதாகவே இருந்தது என்று சொல்லலாம். ஸ்டீஃபனுடைய மூச்சுமுட்டும் வலிப்புகளும் அவ்வப்போது தொடர்ந்து வந்துகொண்டிருந்தன. சூரிய ஒளி நிறையக் கிடைக்கும் ‘சன்னி’யான இடங்களுக்குச் சென்றால் இதமாக இருக்கும் என்று நினைத்தனர். தற்காலிகமாக ஒரு விடுதலை கிடைக்கும் என்று நம்பினார். வாடகைக்கு எடுத்த வீட்டுக்கான காலம் கிறிஸ்துமஸோடு முடிந்துபோனதால் அதே தெருவில் இருந்த இன்னொரு வீட்டுக்கு, அவரது அலுவலகத்து இன்னும் கொஞ்சம் அருகில் இருந்த ஒரு வீட்டை வாடகைக்கு எடுத்துக்கொண்டனர்.

குளிர்காலம் அவருக்கு சில பரிசுகளைக் கொண்டுவந்தது. அவர் எழுதிய ‘‘Singularities and the Geometry of Space-Time’’ என்ற கட்டுரைக்கு ஆடம்ஸ் ப்ரைஸ் என்ற பரிசு கிடைத்தது. அவருக்கும் ரோஜர் பென்ரோஸ் என்பவருக்கும் சேர்த்து. கேம்ப்ட்ரிட்ஜ் பல்கலைக்கழகத்தின் செய்ண்ட் ஜான் கல்லூரியால் வழங்கப்பட்ட அந்தப் பரிசு மிகவும் கௌரவமானது. நெப்டியூன் என்ற எட்டாவது கிரகத்தைக் கண்டுபிடித்திருந்த ஜான் கௌச் ஆடம்ஸ் என்பவரின் பெயரால் அது வழங்கப்பட்டது. சர்வதேச தரத்திலான ஆராய்ச்சி களுக்காக ஒரு இளம் விஞ்ஞானிக்கு அது வழங்கப்பட்டது. மார்ச் 1966ல் ஸ்டீஃபனின் முனைவர் பட்ட ஆராய்ச்சி வெற்றிகரமாக முடிந்ததற்கான விழா நடந்தது. அதன்பிறகு இன்ஸ்ட்டிட்யூட் ஆஃப் அஸ்ட்ரானமி-யின் உறுப்பினரானார் ஸ்டீஃபன்.

அந்த இலையுதிர் காலத்திலிருந்து ஸ்டீஃபனின் நிலை மேலும் மோசமடைய ஆரம்பித்தது. அதேசமயம் ஜேன் ‘உண்டாகி’ இருப்பதும் தெரிய வந்தது. ஒரு கெட்டதும் ஒரு நல்லதும் ஒரே சமயத்தில். இப்படித்தான் எல்லோருடைய வாழ்க்கையும் இருக்கிறது! வாரம் ஒருமுறை காலையில் சாப்பிடும் நேரத்தில் ஒரு வைட்டமின் ‘பி’ ஊசி போட்டுக்கொள்ளச் சொல்லி ஸ்டீஃபனின் தந்தை கூறினார். அதற்காக ஒரு செவிலியையும் ஏற்பாடு செய்தார்.

இந்தக் காலகட்டத்தில் ஸ்டீஃபனின் உடம்பில் இன்னும் ஒரு மோசமான புதிய பிரச்சனை ஏற்பட்டது. அவரது விரல்கள் வளைந்து கோணிக்கொள்ள ஆரம்பித்தன. கையால் எழுதுவது என்ற சாதாரணமான செயல்பாடு முடியாததாகிப்போனது.

மார்ச் மாதத்தில் ஜேனுக்கும் ஸ்டீஃபனின் சகோதரி மேரிக்கும் லண்டன் பல்கலைக்கழகத்திலிருந்து டிப்ளோமாக்கள் கிடைத்தன.

ஆனால் ஜேனால் தனது முனைவர் பட்டத்துக்கான வேலையைத் தொடரமுடியாமல் உப்பிக்கொண்டேபோன அவரது வயிறு தடுத்தது. ஆமாம். தாயாவதற்கு அவர் தன்னைத் தயார்படுத்திக் கொள்ள வேண்டிய கட்டாயத்தில் இருந்தார். படிப்பெல்லாம் இரண்டாம் பட்சம்தான். அதுகூட வருமானம் கருதி செய்துகொண்ட ஒரு ஏற்பாடுதான். 1967 மே 28ம் தேதி ஸ்டீஃபன் ஹாகிங்கிற்கும் ஜேனுக்கும் முதல் குழந்தை, ஆண் குழந்தை, ராபர்ட் ஜார்ஜ் பிறந்தார்.

பெர்க்லியில் இருந்த கலிஃபோர்னியா பல்கலைக்கழகத்துக்குச் சென்றுவிட்டு நான்கு மாதங்கள் கழித்து ஹாகிங் தம்பதியர் கேம்ப்ரிட்ஜுக்குத் திரும்பியபோது அவர்களுக்கு ஒரு நல்ல செய்தி காத்திருந்தது. அவரது ஆராய்ச்சிகளுக்கான 'ஃபெலோஷிப்' மேலும் இரண்டு ஆண்டுகளுக்கு நீடிக்கப்பட்டிருந்தது. 'சிங்குலாரிட்டி' என்று சொல்லப்படும் பிரபஞ்ச நிகழ்வுகள் பற்றிய ஸ்டீஃபனின் ஆராய்ச்சியின் காரணமாக அவரது புகழ் மேலும் மேலும் பரவ ஆரம்பித்தது. உதாரணமாக, 'பிக் பாங்' (big bang) என்று சொல்லப்படும் பெரு வெடிப்பிற்குப் பிறகுதான் இந்தப் பிரபஞ்சம் உருவானது என்பதை ஸ்டீஃபன் நிரூபித்தார்.

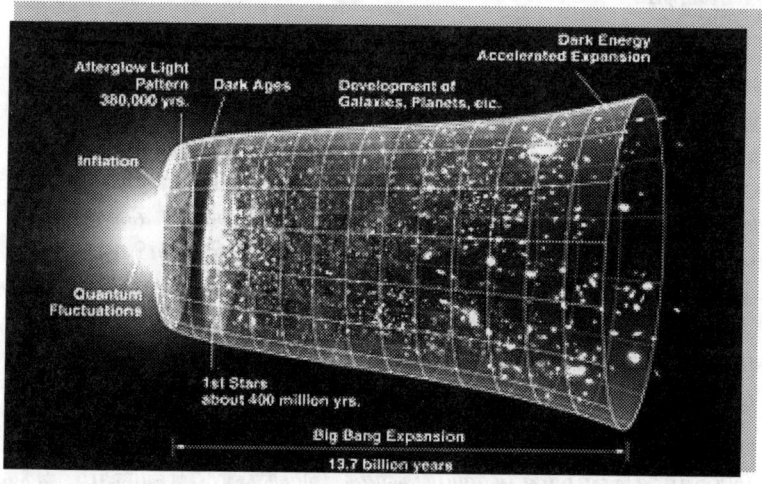

என்றாலும் அவரால் பேராசிரியர் தொழிலைத் தொடர்ந்து செய்வதில் பிரச்சனைகள் இருந்தன. அவரால் மற்ற மனிதர்களைப் போல சாதாரணமாகப் பேச முடியவில்லை. அவருடைய பேச்சு

குளறிக்குளறித் தெளிவில்லாமல் வந்தது. எனவே அவரால் வகுப்புகளில் தொடர்ந்து விரிவுரை செய்யமுடியவில்லை.

இதற்கிடையில் 1970ன் ஆரம்பத்தில் ஜேன் மறுபடியும் கர்ப்பிணியானார். ஒரு மனிதனின் உடல் நிலை என்னமாதிரியான பிரச்சனைகளுக்கு ஆளானபோதும் அவனது பால் உணர்வுகள் மட்டும் சதாகாலமும் ஒரேமாதிரியான வீச்சு கொண்டதாகத்தான் இருக்கும் போலுள்ளது! எதில் பிரச்சனை இருந்தாலும் அதில் மட்டும் பிரச்சனை இருப்பதில்லை! நவம்பரில் லூஸி என்ற பெண் குழந்தை பிறந்தது. ஸ்டீஃபன் ஹாகிங் குடும்பத்தின் நான்காவது உறுப்பினர்!

மோசமாகிக்கொண்டே போகும் உடல் நிலைகொண்ட ஒரு கணவன், தள்ளாடித் தள்ளாடி நடக்கக் கற்றுக்கொண்டிருக்கும் ஒரு மகன், அப்போதுதான் பிறந்த ஒரு மகள் - இவர்கள் எல்லோரையும் சேர்த்து கவனித்துக்கொள்ளவேண்டிய நிர்ப்பந்தம் ஜேனுக்கு ஏற்பட்டது. அது மிகவும் கடினமானதாக இருந்தது என்பதைச் சொல்லவேண்டியதில்லை. ஜேனைப்போன்ற ஒரு மனைவி கிடைக்க நிச்சயம் ஸ்டீஃபன் ஹாகிங் கொடுத்துவைத்திருக்க வேண்டும்.

உடல்நிலை எப்படி இருந்தபோதிலும் ஆராய்ச்சி மனநிலை அவரை விட்டு ஒருகணம்கூட அகன்றதில்லை. அவரது உடல் இந்த உலகத்தில் கஷ்டப்பட்டுக்கொண்டிருந்தாலும் அவரது மனம் பூராவும் பிரபஞ்ச வெளியிலேயே சஞ்சரித்துக்கொண்டிருந்தது. அவருடைய கவனம் இப்போது 'ப்ளாக் ஹோல்ஸ்' என்று சொல்லப்பட்ட பிரபஞ்ச வெளியில் தோன்றக்கூடிய சில அல்லது பல 'ஈர்ப்புவிசை ராட்சசர்க'ளைப்பற்றித் திரும்பியது. ஒரே ஆண்டுக்குள் மூன்று ஆராய்ச்சிக் கட்டுரைகள அவர் சமர்ப்பித்தார். அவர் எழுதிய ''ப்ளாக் ஹோல்ஸ்'' என்ற ஆராய்ச்சிக் கட்டுரைக்கு மிகப்பெரிய விருதும் பெரிய தொகையும் கிடைத்தது. அந்தப் பணத்தில் அவர் ஒரு புது கார் வாங்கிக்கொண்டார்!

காலையில் உடை அணிவதும், இரவில் உடையைக் கழற்றுவதும் மிகவும் கடினமான காரியங்களாக இருந்தன. ஆனாலும் அந்த இரண்டு காரியங்களையும் தானே செய்யவேண்டும் என்பதில் அவர் பிடிவாதமாக இருந்தார். ஸ்டீஃபனால் அந்த நிலையிலும்கூட கஷ்டப்பட்டு மாடி ஏற முடிந்தது. ஆனால் அப்படி அவரால் தொடர்ந்து செய்துகொண்டிருக்க முடியவில்லை. தரையில்

நடப்பதே ஒரு சவாலாகிப்போனது. இறுதியாக வேறுவழியில்லாமல் ஒரு சக்கர நாற்காலியில் அவரை உட்கார வைத்துவிட்டார்கள். அந்த நாற்காலிதான் இனி அவர் உலகமாகிப்போகும் என்று அவரும் நினைத்திருக்கமாட்டார்.

6. சவால்கள்

•••

1973ல் ஸ்டீஃபன் ஹாகிங் காலம், இடம், வெளி பற்றிய ஒரு புத்தகத்தை எழுதினார். ஜார்ஜ் எலிஸ் என்ற நண்பரோடு நீண்ட நாட்களாக செய்த விவாதங்கள், கலந்துரையாடல்களின் அடிப் படையில் அந்தப் புத்தகம் எழுதப்பட்டது. அது ஒரு 'க்ளாசிக்' (முதல்தரமான, ஆதாரப்பூர்வமான) புத்தகமாகக் கருதப்பட்டது.

ஸ்டீஃபனின் வீட்டிலும் சில மாற்றங்கள் உண்டாயின. ஸ்டீஃபனின் மகன் ராபர்ட் பள்ளிக்கூடத்துக்குச் செல்ல ஆரம்பித்தான். கணிதப் பாடத்தில் சிறந்து விளங்கினான். என்றாலும் பிள்ளையின் படிப்புக்குச் செலவு செய்ய ஸ்டீஃபனின் வருமானம் போதவில்லை. ஸ்டீஃபனின் அப்பா ஒரு வீட்டை அவர்களுக்குக் கொடுத்து உதவினார். ஸ்டீஃபன் தம்பதியர் அந்த வீட்டில் சென்று வசிக்கவில்லை. ஆனால் அதை வாடகைக்கு விட்டு அந்தப் பணத்தைப் பயன்படுத்திக்கொண்டனர்.

மேலே சொன்ன புத்தகம் வெளியான காலகட்டத்திலிருந்து ஸ்டீஃபன் தன் விஞ்ஞான வாழ்வில் ஒரு புதிய அத்தியாயத்துக்குள் நுழைந்தார் என்று கூறுவது பொருத்தம். ஆரம்பத்தில் ஆராய்ச்சி மேற்கொண்டிருந்த ஐன்ஸ்ட்டீனின் 'ஜெனரல் ரிலேட்டிவிட்டி' கோட்பாட்டிலிருந்து நகர்ந்து 'க்வாண்டம்' கோட்பாட்டைப் பயன்படுத்துவதன் அவசியத்தைச் சொல்ல ஆரம்பித்தார். 'ஜெனரல் ரிலேட்டிவிட்டி' கோட்பாடு மற்றும் 'க்வாண்டம் மெகானிக்ஸ்' இரண்டையும் இணைத்து 'க்வாண்டம் க்ராவிட்டி' என்ற கோட்

பாட்டை அறிமுகப்படுத்தினார். பிரபஞ்சத்தின் துவக்கம், இப்போதைய நிலை, முடிவு பற்றிய உண்மைகளை விளக்க இதுவே சரியான கோட்பாடாக இருக்கும் என்பது ஸ்டீஃபனின் வாதம்.

விஞ்ஞான ஆராய்ச்சியில் முன்னேற்றம் நிகழ்ந்துகொண்டே இருந்தது. அதேவேகத்தில் அவரது உடல்நிலை மோசமடைந்து கொண்டே இருந்தது. முக்கியமான ஸ்டீஃபனுடைய பேச்சு புரிந்துகொள்ள முடியாததாகிப் போனது. ஒவ்வொரு உடல் தொடர்பான இயக்கத்துக்கும் யாருடைய உதவியாவது தேவைப்பட்டது. முக்கியமாக குளிப்பது, சாப்பிடுவது போன்ற காரியங்களுக்கு மற்றவர்களின் உதவி அவருக்குத் தேவைப்பட்டது.

இந்தக் காலகட்டத்தில் அவர் கருப்பு ஓட்டைகளான 'ப்ளாக் ஹோல்ஸ்' பற்றி மிக முக்கியமான உண்மைகளைக் கண்டுபிடித்தார். ப்ளாக் ஹோல்ஸுக்கு உஷ்ணம் இருக்கிறது என்றும், அவைகளிலிருந்து ஒருவிதமான 'ரேடியேஷன்' (கதிரிவீச்சு) இருக்கிறது என்றும் கண்டுபிடித்தார்.

பிரபஞ்சம் பற்றி ஐன்ஸ்ட்டீன் சில முடிவுகளுக்கு வந்திருந்தார். இந்தப் பிரபஞ்சம் நிலையானது, இன்று உள்ள நிலையிலிருந்து அது இனி எந்த மாற்றத்துக்கும் ஆளாகப் போவதில்லை என்பது அவரது கருத்து. ''கடவுள் பிரபஞ்சத்தோடு பகடைக்காய்கள் உருட்டி விளையாடுவதில்லை'' என்று அவர் கூறியது மிகவும் பிரபலமான வாசகம். ஆனால் ஸ்டீஃபன் ஹாகிங், ''இல்லை, கடவுள் பிரபஞ்சத்தில் பகடைக்காய்களை உருட்டி விளையாடுகிறார். அது மட்டுமல்ல, பார்க்க முடியாத இடங்களுக்கும் அக்காய்களை உருட்டிவிட்டுவிடுகிறார்'' என்று கூறினார். அந்தப் பார்க்க முடியாத, கண்ணுக்குத் தெரியாத இடங்களைத்தான் அவர் 'ப்ளாக் ஹோல்ஸ்' என்று வர்ணித்தார். அதற்கான எல்லா கணிதச் சமன்பாடுகளையும் தன் மனதில் ''ஜியோமெட்ரி படங்களாக''ப் பார்ப்பதாக ஸ்டீஃபன் கூறினார்.

'ப்ளாக் ஹோல் ரேடியேஷன்' பற்றிய அவருடைய ஆராய்ச்சி வெளியான பிறகு அவருக்கு சில விருதுகளும் பதவிகளும் கிடைத்தன. அதனால் அவருடைய வருமானமும் அதிகரித்தது. நல்ல சம்பளம், ஒரு வீடு, ஒரு கார் இவற்றோடு ஒரு மின்சக்கர நாற்காலியும் ஸ்டீஃபனுக்கு வழங்கப்பட்டது. இதுமட்டுமின்றி, ராபர்ட், லூஸி இவர்களுக்கான படிப்புச் செலவுளுக்கும், ஸ்டீஃபனுடைய மருத்துவச் செலவுகளுக்கும் சேர்த்துப் பணம் கொடுக்கப்பட்டது.

என்றாலும் அவரது உடல்நிலை நாளுக்கு நாள் மோசமாகிக் கொண்டேதான் போனது. அவரைக் கவனித்துக்கொள்வது ஜேனுக்கு மிகவும் கடினமாகிப்போனது. ''யாருமே எங்களுக்கு உதவ முன்வரவில்லை. வெளியிலிருந்து உதவி பெற்றுக்கொள்ளு மளவுக்கு எங்களிடம் வசதியும் இருக்கவில்லை'' என்று ஸ்டீஃபன் பின்னர் எழுதினார்.

1974ம் ஆண்டு மே மாதம் 2ம் தேதி ஸ்டீஃபன் புகழ்பெற்ற லண்டன் ராயல் சொசைட்டியில் உறுப்பினராக, 'ஃபெலோ'வாக சேர்த்துக் கொள்ளப்பட்டார். அப்போது அவருக்கு வயது 32. அவ்வளவு சின்ன வயதில் 'ஃபெலோ'வான ஒரே விஞ்ஞானி அவர்தான். மாற்றுத் திறனாளிகளுக்கான வசதிகள் அப்போது அங்கே இல்லாததால், அவரை அப்படியே தூக்கிக்கொண்டுபோய் சக்கர நாற்காலியில் உட்காரவைத்தார்கள். புதிய உறுப்பினர்கள் மேடைவரை நடந்து சென்று அங்கே வைக்கப்பட்டிருக்கும்

பதிவேட்டில் கையெழுத்திடுவதுதான் ராயல் சொசைட்டியின் பாரம்பரிய வழக்கம். ஆனால் ஸ்டீஃபனால் அப்படிச் செய்யமுடியாது. உயிரியலில் நோபல் பரிசு பெற்றிருந்த அதன் தலைவர் சர் ஆலன் ஹாட்ஜ் கிங் பதிவேட்டைத் தூக்கிவந்து ஸ்டீஃபனிடம் கொடுக்க, மிகுந்த சிரமத்துக்கு மத்தியில் கஷ்டப் பட்டுத் தன் கையெழுத்தை இட்டார் ஸ்டீஃபன். அப்போது வாசல் கதவுப் பக்கமாக கார்ல் சாகன் நின்று கொண்டிருந்தார். வானவியல் பற்றிய அறிவை அமெரிக்காவில் பிரபலமாக்கியவர் அவர். ஸ்டீஃபனின் மிகவும் புகழ்பெற்ற 'எ ப்ரீஃப் ஹிஸ்டரி ஆஃப் டைம்' என்ற புத்தகத்துக்கு முன்னுரை வழங்கியவரும் அவரே. ஸ்டீஃபன் ஹாகிங் அப்போதே ஒரு 'லெஜண்ட்' (காவிய நாயகன்) ஆக இருந்தார் என்று அவர் கூறியதை காலம் உண்மை என்று நிரூபித்தது.

• • •

7. புதிய தொடுவானங்கள்

கலிஃபோர்னியாவின் கால்டெக் (கலிஃபோர்னியா இன்ஸ்டிட்யூட் ஆஃப் டெக்னாலஜி) பல்கலைக்கழகத்திலிருந்து 1974-75ம் ஆண்டுக்கான விசிட்டிங் பேராசிரியர் பதவிக்கான அழைப்புக் கடிதம் வந்தது. புகழ்பெற்ற அந்தப் பல்கலைக் கழகத்திலிருந்து அழைப்பு வந்தது ஸ்டீஃபனுக்குப் பெருமையாக இருந்தது. ஏற்கனவே சொன்ன வீடு, கார், மின்சார சக்கர நாற்காலி எல்லாம் அவர்கள் கொடுத்ததுதான்.

கொடுக்கப்பட்ட வீடு பெரியதாக இருந்தது. முதல் தளத்தில் இருந்தால் மிகவும் வசதியாக இருக்கும் என்று ஜேன் புரிந்து கொண்டார். சக்கர நாற்காலி சுற்றிவர அது பெரிதாகவும் விசால மானதாகவும் இருந்தது. ஃபிசியோதெரப்பி விஷயங்களுக்கும் அது வசதியாக இருந்தது. கீழ்தளத்தை மாணவர்களுக்கு வாடகைக்கு விட்டுவிடலாம். அவர்கள் வீட்டுக்குள் வருவதற்கும் தனியாக நுழைவாயில்கள் இருந்தன.

கால்டெக்கின் தட்பவெப்ப நிலையும் ஸ்டீஃபனுக்கு உகந்ததாக இருந்தது. அதுமட்டுமல்ல. இயற்பியலில் பெரிய நிபுணர்களையும் ஆக்கப்பூர்வமாக சிந்திக்கின்ற விஞ்ஞான மனம் கொண்ட மாணவர்களையும் ஸ்டீஃபன் அங்கே சந்தித்தார். அதில் ஒருவர்தான் டான் பேஜ் (Don Page) என்பவர். அவரும் ஸ்டீஃபனும் சேர்ந்து ஆராய்ச்சிக் கட்டுரைகள் எழுதினர். காமா கதிர்களின் உதவியைக் கொண்டு ப்ளாக் ஹோல்களை கவனிக்க முடியும் என்பதை அவர்கள் கண்டுபிடித்தனர்.

ப்ளாக் ஹோல்கள் கதிர்வீச்சு கொண்டவை என்பது ஸ்டீஃபனின் முக்கியமான கண்டுபிடிப்பு மட்டுமல்ல. அதுதான் அவருடைய புதிய சிந்தனைப் பரிமாணத்தின் தொடக்கமாகவும் இருந்தது. அங்கிருந்து தொடங்கி அவர் ஐன்ஸ்ட்டீனின் ஜெனரல் ரிலேட்டிவிடி கோட்பாட்டையும் க்வாண்டம் மெகானிக்ஸையும் எப்படி இணைப்பது என்ற கேள்விக்குள் சென்றார். இந்தப் பிரபஞ்சத்தை முழுமையாகப் புரிந்துகொள்வதுதான் அவரது நோக்கமாக இருந்தது. அது ஏன் இருக்கிறது? ஏன் வேறுமாதிரி இல்லாமல் இப்போது இருப்பதுபோல் இருக்கிறது? போன்ற கேள்விகளுக்குப் பதிலைத் தெரிந்துகொள்ள அவர் ஆசைப்பட்டார். இதே கேள்விகள் ஐன்ஸ்ட்டீனுக்கும் இருந்தன. ஆனால் பதில்களை அவரால் கண்டுபிடிக்க முடியவில்லை.

சரி. ஒரு ப்ளாக் ஹோலில் இருந்து கதிர்வீச்சு வரும்போது என்ன நடக்கும்? இந்தக் கேள்விக்கான பதிலை ஸ்டீஃபன் சொல்கிறார். ஆனால் அந்த பதில் விஞ்ஞானிகளுக்கு மட்டும்தான் புரியும். அல்லது அவர்களுக்குக்கூடப் புரியாமலிருக்கலாம். ஏனெனில் அந்த பதில் அவ்வளவு ‘டெக்னிக’லானது! சாதாரண மனிதனுக்குப் புரியாமல் ஒரு விஷயத்தைக் கண்டுபிடித்துத்தான் என்ன பயன்? இந்த அக்கறையும் கவலையும் ஸ்டீஃபனுக்கு எப்போதுமே இருந்தது. எனவே அவர் அதுபற்றி எல்லோருக்கும் புரியும் விதத்தில் இப்படிக் கூறினார்:

‘‘ஒரு ப்ளாக்ஹோலிலிருந்து கதிர் வீச்சு வரும்போது அதனுள்ளே என்ன இருக்கிறது என்று யாருமே தெரிந்து கொள்ள முடியாது. ப்ளாக் ஹோல் தன் ரகசியங்களை எந்த மனிதனுக்கும், எதற்கும் சாகும் வரை வெளிப்படுத்துவ தில்லை. அது பிரபஞ்ச வெளியிலேயே தொலைந்துபோகிறது’’.

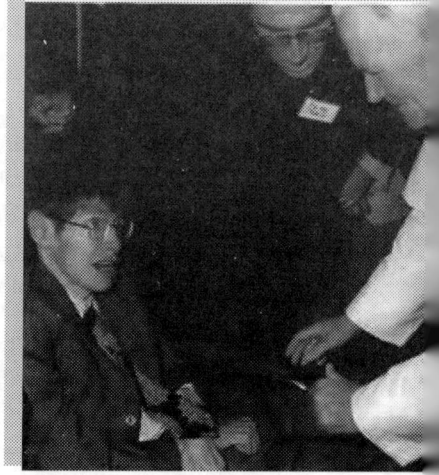

கால்டெக் பல்கலைக்கழகத்தில் இருந்தபோது ஸ்டீஃபனுக்குப் பல விருதுகள் கிடைத்தன. 1975ல் ராயல் அஸ்ட்ரானமி சொசைட்டியின் எடிங்டன் மெடல் விருதை இன்னொரு நண்பரோடு சேர்ந்து பெற்றுக்கொண்டார்.

பல மாதங்களுக்குப் பிறகு அவர் ரோமுக்குப் பறந்து சென்று - வியக்க வேண்டாம், விமானத்தில் சென்றதைத்தான் சொல்கிறேன் - போப்பாண்டவர் ஆறாம் பால் கையால் விஞ்ஞானத்துக்கான பதினோறாவது பியஸ் தங்க மெடலைப் பெற்றுக்கொண்டார். இது ரொம்ப வினோதமானதும் வேடிக்கையானதுமாகும். ஏனெனில், எந்த வாட்டிகன் கிறிஸ்துவ திருச்சபை சில நூற்றாண்டுகளுக்கு முன் ஸ்டீஃபன் சொன்ன மாதிரியான உண்மையை கலீலியோ வேறு மாதிரி சொன்னதற்காக அவரைப் பழிவாங்கியதோ, கருத்தை வாபஸ் பெற வைத்ததோ, அதே சபை, அதே உண்மையை அவர்களுக்குப் புரியாத மொழியில் சொன்னதற்காக ஸ்டீஃபன் ஹாகிங்கிற்கு விருது கொடுத்துக் கௌரவித்தது! கடைசியில் 1979ல் கலீலியோவின் கருத்துக்களை மறுபரிசீலனை செய்வதாக வாட்டிகன் அறிவித்தது!

கால்டெக்கிலிருந்து காம்ப்ரிட்ஜுக்குத் திரும்பியபோது ஸ்டீஃபனுக்குப் புதிய பிரச்சனைகள் காத்திருந்தன. கால்டெக்கில் இருந்தபோது ஸ்டீஃபன் பயன்படுத்தியது மின்சாரத்தால் இயங்கிய சக்கர நாற்காலி. வீட்டுக்குள்ளே சுற்றிவரவும் வெளியில் போகவும் அது வசதியாக இருந்தது. ஒரு வசதியான சொத்தாக அது இருந்தது. அதேபோல ஒன்றை இங்கே கேட்பது தனது உரிமை என்று ஸ்டீஃபன் நினைத்தார். ஆனால் அவரது கோரிக்கையை ஹெல்த் டிபாட்மெண்ட் ஏற்றுக் கொள்ளவில்லை. மூன்று சக்கரங்கள் கொண்ட மின்சாரக் காரை வேண்டுமானால் பயன்படுத்த அவர் கோரிக்கை வைக்கலாம் என்று கூறியது. அப்படி ஒரு காரை அவர் வீட்டிலிருந்து அலுவலகத்துக்குச் செல்ல முன்பு பயன்படுத்தியுள்ளார்.

ஆனால் அப்போது அவர் இருந்த உடல்நிலை இப்போது இல்லை. கொஞ்சநஞ்சமிருந்த உடல் வலிமையும் இப்போது இல்லை. வேறுவழியின்றி ஒரு மின்சார சக்கர நாற்காலியை அவர்களே தங்கள் சேமிப்பிலிருந்து வாங்கிக்கொண்டார்கள். இந்தக் காலகட்டத்தில் ஜூடி ஃபெலா என்ற ஒரு பெண் செக்ரட்டரியும் ஸ்டீஃபனுக்குக் கிடைத்தார். பல ஆண்டுகள் ஸ்டீஃபனோடு இருந்து அவர் அரிய பணியாற்றினார்.

ஜேன் தன் ஆராய்ச்சியைத் தொடர ஆரம்பித்தார். அவ்வப்போது தன் வாய்ப்பாட்டு பயிற்சிகளிலும் கலந்துகொண்டார். இந்தக் காலகட்டங்களில் ஸ்டீஃபனின் மாணவர்கள் அவருக்குப் பெரிதும் உதவியாக இருந்தனர். குறிப்பாக அவரோடு தங்கியிருந்த ஆலன்

லபேட்ஸ் என்ற முதுகலை மாணவரைக் குறிப்பிடவேண்டும். ஸ்டீஃபன் தன் அலுவலகத்தில் (பல்கலைக்கழகத்தில்) இருக்கும் போது அவரை மாணவர்கள்தான் முற்றிலுமாக கவனித்துக் கொண்டனர். அவருடைய ஆராய்ச்சிக் கட்டுரைகளையெல்லாம் அவர்களே தட்டச்சு செய்தல் அல்லது கணினியில் உள்ளிடுதல் போன்ற வேலைகளைச் செய்து உதவினர்.

1976ம் ஆண்டு குழந்தைகள் ராபர்ட்டுக்கும் லூஸிக்கும் சின்னம்மை வந்தது. வீட்டில் இருந்த பெரியவர்களுக்கும் காய்ச்சலும் தொண்டைப்புண்ணும் ஏற்பட்டன. ஸ்டீஃபன் மருத்துவர்களை வெறுத்தார். ஏற்கனவே அவருக்கு ஏ.எல்.எஸ். என்று சொல்ல அவர்கள் அவரைப் படுத்திய பாட்டை அவரால் மறக்க முடியவில்லை. ஆனாலும் ஜேன் வற்புறுத்தியதால், பிறந்தநாள் அன்று தன் குடும்ப மருத்துவர் வந்து பார்க்க அனுமதி யளித்தார். ஆனால் அவர் வந்து பார்த்து, உடனே ஆம்புலன்ஸில் வைத்து மருத்துவமனைக்குக் கொண்டுசெல்லப்பட்டார். என்ன செய்வது, காய்ச்சல், சளி போன்ற சின்ன விஷயங்கள்கூட அவரைப் பெரிதாகப் பாதித்தன.

சில நாட்களுக்குப்பின் அவர் வீட்டுக்கு வந்தார். ஆனால் அடிக்கடி மூச்சுமுட்ட வைக்கும் விதத்தில் வலிப்பும் வேதனையும் வந்தன. பல வாரங்களுக்கு அவரால் வேலைக்குச் செல்ல

முடியவில்லை. ரொம்ப பலவீனமாக இருந்தார். வெளியாட்களின் உதவி இல்லாமல் ஸ்டீஃபனைக் கவனித்துக்கொள்வது முடியாத காரியம் என்பது ஜேனுக்கு விளங்கியது.

அந்த ஆண்டு ஸ்டீஃபனுக்கு மேலும் சில விருதுகள் கிடைத்தன. ராயல் சொசைட்டி அவருக்கு "ஹ்யூஸ் மெடல்" கொடுத்து கௌரவித்தது. The Key to the Universe என்ற ஆவணப்படத்துக்காக ஸ்டீஃபன் பேசியதை பிபிசி தொலைக்காட்சி வீட்டுக்கு வந்து படம் பிடித்து ஒளிபரப்பியது. கணித இயற்பியலுக்காக அமெரிக்கன் ஃபிசிகல் சொசைட்டியின் விருது ஒன்றையும் அவர் பெற்றார். எல்லாவற்றுக்கும் மேலாக ஸ்டீஃபன் ஒரு பேராசிரியராக பதவி உயர்த்தப்பட்டார். சம்பளமும் உயர்ந்தது.

நல்லதும் கெட்டதும் கூட்டமாக வரும் என்று சொல்வார்கள். ஸ்டீஃபனின் வாழ்வில் அப்படித்தான் நடந்தது. கௌரவங்களும் விருதுகளும் தொடர்ந்து வந்துகொண்டிருந்தன. வாஷிங்டன் டிஸியிலிருந்து அவருக்கு ஆல்பர்ட் ஐன்ஸ்டீன் விருது கிடைத்தது. இது அமெரிக்காவில் வழங்கப்படும் மிக உயரிய விருதாகும். அரிய விருதும்கூட. 1978ம் ஆண்டு அவருக்கு ஆக்ஸ்ஃபோர்டு பல்கலைக்கழகம் கௌரவ டாக்டர் பட்டம் வழங்கியது. எழுதிப்பார்க்காமல், கணித ஃபார்முலாக்களையெல்லாம் அவரால் எப்படி மனதுக்குள்ளேயே போட்டுப்பார்க்க முடிகிறது என்று 'டைம்' பத்திரிக்கை ஆச்சரியப்பட்டது. மொசார்ட் ஒரு முழு சிம்ஃபனியையும் தன் மண்டைக்குள்ளேயே நிகழ்த்திப் பார்த்ததுபோல் அது இருந்தது என்று அவருடன் பணியாற்றிய வர்னர் கூறினார்.

செப்டம்பரில் ஜேன் மூன்றாவது முறையாகக் கருவுற்றார். 1979ம் ஆண்டு ஏப்ரல் மாதம் டிமோத்தி ஹாகிங் பிறந்தார். எல்லாவற்றுக்கும் மேலாக கேம்ப்ரிட்ஜ் பல்கலைக்கழகத்தின் கணிதத்துறையில் 'லுகேசியன் சேர்' (Lucasian Chair) என்ற பதவியில்

ஸ்டீஃபன் அமர்த்தப்பட்டார். அந்தப் பதவியில் ஏற்கனவே இருந்த மிகமுக்கியமான விஞ்ஞானிகளில் ஒருவர் சர் ஐசக் நியூட்டனாவார். அதே பதவியில் பதினேழாவது ஆளாக ஸ்டீஃபன் ஹாகிங் அமர்த்தப்பட்டார். இது அவருக்குக் கிடைத்த மிகப்பெரிய கௌரவமாகும்.

இவ்வளவுக்கும் மத்தியில் இன்னொன்று நடந்தது. அது ஸ்டீஃபனின் வாழ்வில் முக்கியமானதுதான். ஆனால் அது ஜேனின் வாழ்வில் ஒரு புதிய அத்தியாயத்தைத் துவக்கிய நட்பு என்று சொல்லவேண்டும். விடுமுறை நாட்களில் உள்ளூரில் இருந்த செயிண்ட் மார்க் தேவாலயத்தில் பாட ஜேன் அழைக்கப்பட்டார். அந்த கூட்டுப்பாடல் நிகழ்ச்சியின் இயக்குனர் ஜொனாதன் ஹெல்யர் ஜோன்ஸ் என்பவர். தன் மனைவியை கான்ஸர் நோய்க்குப் பலிகொடுத்திருந்த அவரும் ஜேனும் நண்பர்களாயினர். அவர் அடிக்கடி ஸ்டீஃபனின் வீட்டுக்கு வர ஆரம்பித்தார். லூசி பியானோ வாசிக்கக் கற்றுக்கொடுத்தார். ஸ்டீஃபனுக்கு நிறைய உதவிகள் செய்தார். ஜேனின் சுமைகளை அவர் பெருமளவு குறைத்தார்.

அவரோடு ஜேனுக்குக் காதல் ஏற்படுமென்று அப்போது யார்தான் யூகித்திருக்க முடியும்?

●●●

8. விருதுகள் விருதுகள்

1980 வந்தது. அதோடு ஸ்டீஃபனுக்குக் கடுமையான சளி பிடித்தது. சளி பிடித்தது என்பதைவிட சனி பிடித்தது என்பதுதான் சரி. அவருடைய உடல்நிலையைப் பொறுத்தவரை எல்லாமே ஏழரைதான். அதோடு ஜேனுக்கும் உடம்புக்கு முடியாமல் இருந்தது. உள்ளூர் நர்சிங்ஹோமில் கொஞ்ச நாள் இருந்தால் ஸ்டீஃபனுக்கு நல்லது என்று குடும்ப மருத்துவர் கூறினார். அப்போதுதான் அவருக்கும் அவரது குடும்பத்தினருக்கும் ஓய்வு கிடைக்கும்.

புதிதாக கேம்ப்ரிட்ஜுக்கு வந்திருந்த மார்ட்டின் ரீஸ் என்ற பேராசிரியர் ஜேனைப் பார்த்து ஸ்டீஃபனுக்கு பொருளாதார ரீதியில் தான் உதவ விரும்புவதாகக் கூறினார். வெளியிலிருந்து செவிலியர் அவரை வந்து வீட்டில் பார்த்துக்கொள்வதற்காகும் செலவுகளை ஏற்றுக்கொள்ளும் நிறுவனங்களை அணுக அவர் முடிவுசெய்திருந்தார்.

வெளியிலிருந்து இப்படி வரும் 'தலையீடு'களை ஸ்டீஃபன் பொதுவாக விரும்புவதில்லை. ஆனாலும் பயிற்சி பெற்ற நர்சுகள் தன்னை வீட்டிலேயே வந்து பார்த்துக்கொண்டால் ரொம்ப உதவியாகத்தான் இருக்கும் என்று அவருக்கும் தோன்றியது. வீட்டில் அவரைப் பார்த்துக்கொள்வது மட்டுமின்றி அவர் வெளியில் கான்ஃபரன்ஸ் மாதிரியான விஷயங்களுக்காகச் செல்லும்போது அவருடன் சென்று அவரை கவனித்துக்கொள்ளவும் வசதியாக இருக்கும் என்று கருதினார். தனது குடும்பத்தினருக்கும், குழந்தைகளுக்கும், நண்பர்களுக்கும், மாணவர்களுக்கும் அதனால் ஓய்வும் விடுதலையும் கிடைக்கும், உள்வட்டத்தினரின் சுமைகளை ஓரளவுக்கு நீக்க முடியும் என்பது அவருக்குப் புரிந்தது.

தன்னுடைய தாய் ஸ்டீஃபனுக்காகப் பட்ட கஷ்டங்களையும், தாய்வழி தாத்தா பாட்டி செய்த உதவிகளையும் லூஸி பிற்காலத்தில் நினைவுகூர்ந்தார். ஆனால் லூஸி பிறந்தபோது ஸ்டீஃபன் சக்கர நாற்காலிக்குள் வாழ்ந்துகொண்டிருந்தார். சாதாரண அப்பாக்களைப் போல அவளைத் தூக்கிக் கொஞ்சவோ அவளோடு விளையாடவோ முடியாது. ஆனால் சமயங்களில் ஸ்டீஃபன் லேசாகக் காதுகளை ஆட்டிக்காட்டுவார். அது குழந்தைகளுக்கு ஒரு பெரிய சந்தோஷமாக இருக்கும். பலநாள் பட்டினி கிடந்தவனுக்கு பிரியாணி கறியுடன் விருந்து கொடுத்த மாதிரி. ஆனால் அவருடைய வியாதி பற்றி அம்மா லூஸிக்கு விளக்கியவுடன் லூஸி அழுவாள். அப்பா நாளைக்கே இறந்துவிடுவாரா என்பதாக. ''நாங்கள் எப்போதுமே நிகழ்காலத்திலேயே வாழ்ந்தோம். நாளை என்பதைப் பற்றி நினைக்கக்கூட முடியவில்லை'' என்று வளர்ந்த பிறகு நினைவு கூர்ந்தார்.

லூகேசியன் பேராசிரியராக நியமிக்கப்பட்ட அன்று ஸ்டீஃபன் ஒரு துவக்க உரை நிகழ்த்தினார். அவருடைய மாணவர் ஒருவர் அவர் சார்பாகப் பேசினார். அந்தப் பொறுப்பில் அவர் இருந்த ஓராண்டு கழித்துத்தான் அந்தப் பதவி வகிப்பவர்கள் முதல்நாள் கையெழுத்திடும் பெரிய பதிவேட்டில் அவர் கையெழுத்திடவே இல்லை என்று அவருக்காக அந்தத் தடித்த ஏட்டைத் தூக்கி வந்தார்கள். ஸ்டீஃபன் ஹாகிங் அதில் ரொம்பவும் கஷ்டப்பட்டுக் கையெழுத்திட்டார். ''என் பெயரைக் கையெழுத்திட்டது அதுதான் கடைசி முறை'' என்று ஸ்டீஃபன் பின்னர் கூறினார்.

ஸ்டீஃபன் சிகரங்களைத் தொட்டுக்கொண்டிருந்தபோது ஜேனும் அவருக்கான ஏணிகளில் ஏறிக்கொண்டிருந்தார். அவருடைய பி.எச்.டி. ஆய்வுக்கான வாய்வழித் தேர்வில் அவர் வெற்றி பெற்றார். 1981 ஏப்ரலில் பட்டமும் பெற்றார். பட்டம் பெற்றபின் கேம்ப்ரிட்ஜ் செண்டரில் இருந்த ஆறாவது ஃபார்ம் படித்துக்கொண்டிருந்த மாணவ மாணவிகளுக்கு ஃப்ரென்ச் மொழி கற்றுக்கொடுக்க அவர் அழைக்கப்பட்டார். பல்கலைக்கழக நுழைவுத்தேர்வுக்கு அவர் களைத் தயார் செய்தார். ஸ்டீஃபனும் ரோம் போன்ற நகரங்களுக்கு ஆராய்ச்சி தொடர்பாகச் சென்று வந்தார். பிரபஞ்சத்தின் எல்லையில் என்ன இருக்கும் என்ற ஆராய்ச்சியில் அவர் இறங்கியிருந்தார். கடைசியில் பிரபஞ்சத்துக்கு எல்லையே இல்லை என்ற முடிவுக்கும் அவர் வந்தார்! எல்லையில்லா, ஆரம்பமும் முடிவும் அற்ற ஒருவனிடமிருந்து வந்த ஒன்றும் அப்படித்தானே இருக்கும்!

கருத்தரங்கு ஒன்றிற்காக ரோமுக்குச் சென்றபோது இரண்டாவது ஜான் பால் என்ற பெயர் கொண்ட போப்பாண்டவரைப் பார்க்கும் வாய்ப்பு கொடுக்கப்பட்டது. அவர் விஞ்ஞானிகளிடம் பேசினார். பிரபஞ்சம் எங்கே எப்போது தோன்றியது என்ற விஷயத்தை விஞ்ஞானத்தின் கைகளில் விட்டுவிட முடியாது. அது கடவுளுக்கு மட்டுமே தெரிந்த ரகசியம். அதில் மூக்கை நுழைக்கக் கூடாது என்று அவர்களை அன்புடன் எச்சரித்தார்.

எல்லையற்ற பிரபஞ்சம் என்று சொல்லும்போது ஆரம்பம் என்ற ஒன்று இல்லை, அது யாராலும் படைக்கப்படவே இல்லை என்பதுதானே உட்குறிப்பு! நல்லவேளை, நான் கருத்தரங்கில் என்ன பேசினேன் என்பது போப்பாண்டவருக்குத் தெரியாது - என்று ஸ்டீஃபன் ஹாகிங் கூறினார்.

ஃபிலடெல்ஃபியாவில் அவருக்கு இயற்பியலுக்கான பெஞ்சமின் ஃப்ராங்க்லின் மெடல் என்ற விருது வழங்கப்பட்டது. ஏற்கனவே இந்த விருதை வாங்கியவர் மேதை ஐன்ஸ்ட்டீன் என்பது குறிப்பிடத்தக்கது. அடுத்த ஓராண்டிலேயே அவருக்கு இங்கிலாந்தின் மிகப்பெரிய கௌரவம் கிடைத்தது. பக்கிங்ஹாம் அரண்மனையில் நடந்த விழாவில் ராணி எலிசபெத்தின் கையால் கமாண்டர் ஆஃப் த ப்ரிட்டிஷ் எம்பயர் என்ற உயரிய விருது வழங்கப்பட்டது. பின்னர் நாட்டர்டாம், சிகாகோ, ப்ரின்ஸ்டன் போன்ற பல்கலைக்கழகங்கள் கௌரவ முனைவர் பட்டங்கள் வழங்கப்பட்டன.

●●●

9. திருப்பங்கள்

ஈர்ப்பு விசை எங்கெல்லாம் பிரபஞ்சத்தில் வேலை செய்யாமல் போகிறது என்பதைப் பற்றி 1982ம் ஆண்டு ஸ்டீஃபன் ஹாகிங் ஹார்வர்டு பல்கலைக்கழகத்தில் மூன்று சொற்பொழிவுகள் கொடுத்தார். பின்னர் அதை விரிவாக, விஞ்ஞானிகள் அல்லாத சாதாரண மனிதர்களும் புரிந்துகொள்ளும் வகையில் ஒரு புத்தகமாக எழுதினால் என்ன என்று அவருக்குத் தீவிரமாகத் தோன்றியது. அதன் விளைவாக உருவானதுதான் A Brief History of Time என்ற புத்தகம். அவரைப் பணக்காரராக்கிய புத்தகம். லட்சக்கணக்கில் விற்றுத்தீர்ந்த, யாருமே படிக்காத புத்தகம். ஆமாம். அப்படித்தான் அது இன்றும் விளம்பரம் செய்யப்படுகிறது. இதுபற்றிப் பின்னர் பார்க்கலாம்.

ஸ்டீஃபனின் புகழ் பெருகவும் பரவவும் ஆரம்பித்தது. 1985ம் ஆண்டு வெளிவந்த அவருடைய வாழ்க்கை வரலாறு அவருடைய புகழ்த்தீயை விசிறிவிட்டது. ராயல் அஸ்ட்ரொனாமிகல் சொசைட்டியின் தங்க மெடல் அவருக்கு வழங்கப்பட்டது.

ஒருபக்கம் புகழின் உச்சிக்கு அவர் சென்றுகொண்டிருக்கையில் குடும்பத்தில் திடீர் திருப்பம் ஏற்பட்டது. ஜொனாதனோடு தனக்கிருந்த நட்பு காதலாக மாறிவிட்டதாக ஜேன் தன் கணவர் ஸ்டீஃபனிடம் கூறினார்!

''நான் அவரை நேசிக்கும்வரை எனது காதல் விவகாரம் பற்றி தனக்கு சம்மதமே என்று ஸ்டீஃபன் கூறினார். இவ்வளவு புரிந்துகொள்ளல் உள்ள ஒரு மனிதரை நான் எப்படி நேசிக்காமல்

இருக்க முடியும்? "அந்த நேரத்தில் எனக்குக் கொஞ்சம் உறுத்தலாகத்தான் இருந்தது. ஆனால் ஜொனாதன் எனக்குக் கடவுளால் அனுப்பப்பட்டவர். நாங்கள் தனியாக இருப்பது அபூர்வம். அப்படிப்பட்ட தருணங்களிலும் ஸ்டீஃபனுக்கும் குழந்தைகளுக்கும் மத்தியில் நாங்கள் வரம்பு மீறாமல் நெருக்கமாக இருக்க வேண்டும் என்ற உணர்வுகளை அடக்கிக்கொண்டு நாகரீகமாகவே நடந்து கொண்டோம். எங்கள் உறவைவிடக் குடும்பத்துக்கு நல்லது நடப்பதுதான் முக்கியம் என்ற முடிவுக்கு வந்தோம்" என்று ஜேன் பின்னர் எழுதினார்.

இப்படியெல்லாம் இந்தியாவில் நடப்பது சாத்தியமா என்று தெரியவில்லை. என்றாலும் ரொம்பக் கால தாமதமாகத்தான் ஜேனுக்குக் காதல் வந்துள்ளது. அவர் ரொம்பவும் நேசமும் பாசமும் கொண்ட மனைவியாக இருந்தார் என்பதில் எள்ளளவும் சந்தேகமில்லை. என்றாலும் ஸ்டீஃபன் போன்ற கணவன் மூலமாக அவர் என்ன சந்தோஷத்தைக் கண்டிருக்க முடியும் என்பதை நாம் யூகிக்க முடியும். அவர் செய்தது அல்லது சொன்னது சரியா தவறா என்று தீர்ப்பு வழங்க யாருக்கும் உரிமை கிடையாது. என்றாலும் இதற்குப்பிறகு மனைவி செய்தது போன்ற ஒரு காரியத்தை ஸ்டீஃபனும் செய்தார் என்பது ஆச்சரியம் மட்டுமல்ல, ஜேன் செய்ததை நியாயப்படுத்துவதாகவும் உள்ளது.

கோடையில் ஸ்டீஃபனுக்கு ஜெனிவாவுக்குச் செல்லும் வாய்ப்பு வந்தது. எல்லாமே ஆராய்ச்சி தொடர்பான பயணங்கள்தான். அந்த நிலையிலும் அவர் பல நாடுகளுக்கும் தொடர்ந்து பயணம் மேற்கொண்டு, சொற்பொழிவுகள் ஆற்றி, கேள்விகளுக்கு பதில் சொல்லி, ஆராய்ச்சிக்கட்டுரைகள் எழுதிக்கொண்டும் இருந்திருக்கிறார் என்பதே அவரது மன உறுதிக்கு ஒரு சான்றாகும். எப்படிப்பட்ட 'வில் பவர்' கொண்ட மாமனிதன் என்பதற்குச் சான்றாக விளங்குகிறது அவர் செய்த காரியங்கள் அனைத்தும்.

ஜெனிவாவுக்கு ஸ்டீஃபன், மாணவர்கள், குடும்பம், மற்றும் ஸ்டீஃபனை கவனிக்கும் நர்சுகள் எல்லாம் சென்றனர். ஒரு மாதப்பயணம். குடும்பத்தினருக்கு அது ஒரு உல்லாசப்பயணம் மாதிரிதான். ஆனால் ஸ்டீஃபன் முதலில் சென்றார். பெல்ஜியம், ஜெர்மனி வழியாக பின்னர் ஜேனும் ஜொனாதனும் சேர்ந்து கொள்வதாக ஏற்பாடு. ஜெர்மனியிலிருந்து ஜேன் தொலைபேசி ஸ்டீஃபன் எங்கே இருக்கிறார் என்று தெரிந்துகொள்ள முயன்றபோது அவருக்கு ஒரு அதிர்ச்சியான தகவல் காத்திருந்தது.

ஸ்டீஃபனுக்கு ரொம்ப சீரியஸாகி அவர் மருத்துவமனையில் அனுமதிக்கப்பட்டிருக்கிறார் என்று அவரது காரியதரிசி லாரா கூறினார். சீனாவில் வந்த தொடர்ந்த இருமல் நிமோனியாவாக மாறிவிட்டிருந்தது என்ற தகவல் கிடைத்தது. மருந்து கொடுத்து அவரைக் 'கோமா'வில் வைத்திருந்தார்கள். மூச்சுவிட ஒரு செயற்கை ரெஸ்பிரேட்டர் பொருத்தப்பட்டிருந்தது. ஸ்டீஃபனின் மன உறுதி பற்றி அறியாத மருத்துவர் அவர் இறந்துவிடுவார் என்றே நினைத்தார். செயற்கை ரெஸ்பிரேட்டரை எடுத்து அவர் இயற்கையாக இறக்க விட்டுவிடலாமா என்று ஜேனை மருத்துவர் கேட்டார்.

ஜேனுக்கு ரொம்பவும் சங்கடமாகிப்போனது. இந்த நிலையில் இவரை விட்டுவிட்டுப் போக முடிவு செய்தோமே என்று அவருக்கு மிகவும் உறுத்தலாக இருந்தது. அதிர்ச்சியடைந்த ஜேன், அப்படி யெல்லாம் எதுவும் செய்துவிடக்கூடாது என்பதில் உறுதியாக இருந்தார். ஸ்டீஃபனின் குரல்வளை நாளங்களுக்குக் கீழே ஒரு நிரந்தரத் துளை போட வேண்டியதன் அவசியத்தை மருத்துவர் விளக்கினார். இல்லையெனில் அந்த இருமல் வந்துகொண்டே இருக்கும். வேறுவழியின்றி ட்ரகியோட்டோமி என்ற அந்த அறுவை சிகிச்சை செய்யப்பட்டது. அன்றிலிருந்து கொஞ்ச நஞ்சம் வந்துகொண்டிருந்த குரலும் நிரந்தரமாகப் போனது ஸ்டீஃபனுக்கு. இனி நுரையீரலில் இருந்து வாய் வழியாக வெளிவரும் காற்றை அவர் மொழியின் ஒலிகளாக, சொற்களாக குழறிக்குழறிக்கூட சொல்லமுடியாது. இனி நிரந்தர ஊமை மாதிரிதான். இருமல் நின்று போனது. அதோடு பேச்சும் போனது.

கேம்ப்ரிட்ஜுக்கு ஸ்டீஃபன் திரும்பி வந்தார். ஆனால் இனி மனிதர்களோடு எப்படிக் கருத்தைப் பரிமாறிக்கொள்வது என்ற மிகப்பெரிய கேள்வி அவர் முன் வந்து நின்றது. கண்ணுக்கு எதிரே

தெரியும் எழுத்துக்களை யாராவது ஒருவர் ஒவ்வொரு எழுத்தாகப் படித்துச் சொல்ல வேண்டும். அவர் ஒரு எழுத்தை சரியாகப் படித்தால் ஸ்டீஃபன் புருவங்களை உயர்த்துவார். அந்த எழுத்து சரிதான் என்று அர்த்தம். இப்படியே ஒவ்வொரு சொல்லுக்கும் செல்ல வேண்டும். பின்னர் ஒரு வாக்கியத்துக்கு. இப்படித்தான் அவரால் 'பேச' முடிந்தது. இது அவருக்கு மட்டுமல்ல, படிப்பவருக்கும் எத்தகையதொரு சித்திரவதையாக இருந்திருக்கும் என்பதை சொல்லத் தேவையில்லை.

இந்த 'மெகா' பிரச்சனையை எப்படித் தீர்ப்பது என்று தெரியாமல் தவித்துக்கொண்டிருந்தபோது ஆபத்பாந்தவராக வந்தார் வால்ட் வால்டோஸ் (Walt Woltosz) என்பவர். கலிஃபோர்னியாவில் இருந்த கம்ப்யூட்டர் நிபுணர் அவர். மாற்றுத்திறனாளியான தன் மாமியாருக்காக அவர் ஒரு கம்ப்யூட்டரை வடிவமைத்திருந்தார். சொற்களை அகராதியிலிருந்து அதுவே தேர்ந்தெடுத்துக் கொள்ளும். அதோடு 'வாய்ஸ் சிந்தசைஸர்' ஒன்றையும் சேர்த்திருந்தார். தலையில் பொருத்தப்பட்ட எலக்ட்ரோடுகளின் வழியாக கம்ப்யூட்டர் திரையில் தெரியும் சொற்களிலிருந்து அது தேவையான சொற்களைத் தேர்ந்தெடுத்துக்கொள்ளும்.

அந்த கம்ப்யூட்டரை அவர் ஸ்டீஃபனுக்கு அனுப்பி வைத்தார். ஸ்டீஃபனின் மாணவர் ஒருவர் அந்த எலக்ட்ரோடுகளுக்குப் பதிலாக கம்ப்யூட்டர் மௌஸ் போன்ற ஒன்றை வடிவமைத்துக் கொடுத்தார். எந்த சொற்கள் அல்லது வாசகங்கள் வேண்டுமோ அதை 'க்ளிக்' செய்தால் போதும். முதன் முறையாக, பல ஆண்டுகளுக்குப் பிறகு, பிரச்சனையில்லாமல், தெளிவான குரலில் அவரால் மக்களிடம், மாணவர்களிடம் பேச முடிந்தது. கம்ப்யூட்டர் திரையில் அவர் கிளிக் செய்த வாசகங்கள் அவருடைய குரலிலேயே சொல்லப்படும். என்ன, அவருடைய குரல் உணர்ச்சியற்றதாக, ராஜீவ் காந்தி குண்டு வெடிப்பில் சிதறிச் செத்தார் என்று நியூஸ் வாசிப்பதுபோல இருக்கும். ஆனால் இது ஸ்டீஃபன் வாழ்வில் கிடைத்த ஒரு அருட்கொடை என்றுதான் சொல்லவேண்டும். எப்படியோ, இறைநம்பிக்கை இல்லாத ஸ்டீஃபனுக்கு இறைவ னுடைய உதவி தக்க சமயத்தில் கிடைத்துக்கொண்டுதான் இருந்தது!

குரல் பிரச்சனை தீர்ந்துவிட்டது ஒருவழியாக. ஆனால் தொண்டைப் பிரச்சனை முற்றிலுமாகத் தீர்ந்துவிடவில்லை. ட்ரக்கியோடோமி செய்ததால், தொண்டையில் அவருடைய

வோகல் கார்ட்ஸுக்குக் கீழே ஒரு நிரந்தரமான ஓட்டை போடப்பட்டது. அவர் மூச்சுவிட உதவியாக அந்த ஓட்டைக்குள் ஒரு குழாய் வைக்கப்பட்டிருந்தது. ஆனால் அந்த குழாயை அவ்வப்போது ஒரு சின்ன வேக்வம் க்ளீனர் போன்ற அமைப்பால் சுத்தம் செய்ய வேண்டியிருந்தது. அவருடைய நுரையீரலில் சேர்ந்து கொண்டே வந்த தேவையற்ற சுரப்புகளையும் வெளியேற்ற வேண்டியிருந்தது. அதோடு, அந்தக் குழாய் தொண்டைக்குள் இருப்பதனாலேயே இன்ஃபெக்ஷன் ஏற்படும் வாய்ப்பும் இருந்தது. எனவே இருபத்திநாலு மணிநேரமும் அவருக்கு நர்சிங் தேவைப் பட்டது. உடல்ரீதியான பிரச்சனை எத்தனையோ பேருக்கு இருக் கிறது. எனினும் ஸ்டீஃபன் ஹாகிங்கின் நிலமையை ஒப்பிடும்போது பெரும்பாலான நோயாளிகள் கொடுத்து வைத்தவர்கள்தான் என்பதைப் புரிந்துகொள்ள முடியும்.

ஜேனோடு பணிபுரிந்தவர்களிடம் ஸ்டீட்ஃபனின் நிலை பற்றி அவரது காரியதரிசி ஜூடி ஃபெலா எடுத்துச் சொன்னார். ஜான் டி. கேதரீன் ட்டி. மெக் ஆர்தர் ஃபௌண்டேஷன் என்ற அமைப்பின் மூலமாக ஸ்டீஃபனுக்கு உதவி கோரலாம் என்று கிப் தார்ன் என்ற நண்பர் ஜேனிடம் கூறினார். அந்த அமைப்பினரும் சரி செய்து பார்க்கலாம் என்ற அடிப்படையில், தொடர்ந்த நர்சிங் கொடுப்பதற் கான செலவுகளை தற்காலிகமாக ஏற்றுக்கொண்டனர். ஞாயிறு பிற்பகல்களில் ஸ்டீஃபன் வீட்டுக்கு வந்துவிடுவார். ஆனால் இவ்விதமான மூன்று மாதங்களுக்கு மேல் அவர் மருத்துவமனையில் இருக்க வேண்டியிருந்தது.

லாரவும் ஜேனும் சேர்ந்து ரொம்ப யோசித்து, பின்னர் ஒரு நாளைக்கு மூன்று ஷிஃப்ட்களில் செவிலியர் வந்துபார்த்துக் கொள்ளுமாறு ஏற்பாடு செய்தனர். கடைசியில் அர்ப்பணிப்பு உள்ளம் கொண்ட செவிலியர் கிடைத்தனர்.

அவர்களில் ஒருவர் எலைன் மேசன் என்பவர். அவருக்கு இரண்டு குழந்தைகள் இருந்தனர். அவரது கணவர் டேவிட் கம்ப்யூட்டர் பொறியாளராக இருந்தார். ஸ்டீஃபனின் கம்ப்யூட்டரை யும் பேச்சுக்கான சிந்தசைஸரையும் அவரது சக்கர நாற்காலியிலேயே பொருத்தியவரும் அவரே.

கிறிஸ்துமஸுக்கு முன்னர் ஸ்டீஃபன் வேலைக்குத் திரும்பினார். ஆனால் முழுநேரமும் அல்ல. பகுதி நேரத்துக்கு. செவிலியர் துணையுடன். புத்தாண்டு அவருக்குப் புதிய தெம்பைக் கொடுத்தது.

திரும்பவும் மாணவர்களோடும் பேராசிரியர்களோடும் இயற்பியலில் தனது வேலையைத் தொடர ஆரம்பித்தார். பேச்சுக்கான சிந்தசைஸர் மூலமாகப் பேசுவது அவருக்குப் பிடித்திருந்தது. எனினும் ஒரு வார்த்தையைத்தான் ஒரு நேரத்தில் அவர் தேர்வு செய்ய முடியும். அந்த வேலையைக் கொஞ்சம் மெதுவாகத்தான் செய்ய முடிந்தது. ஆனாலும் அவர் வாக்கியங்களில் 'the' போன்ற சின்ன விஷயங்களைக்கூட விட்டுவிடுவதில்லை! அதோடு அவருக்கு நகைச்சுவை உணர்வும் கலந்திருந்தது குறிப்பிடத்தக்கது.

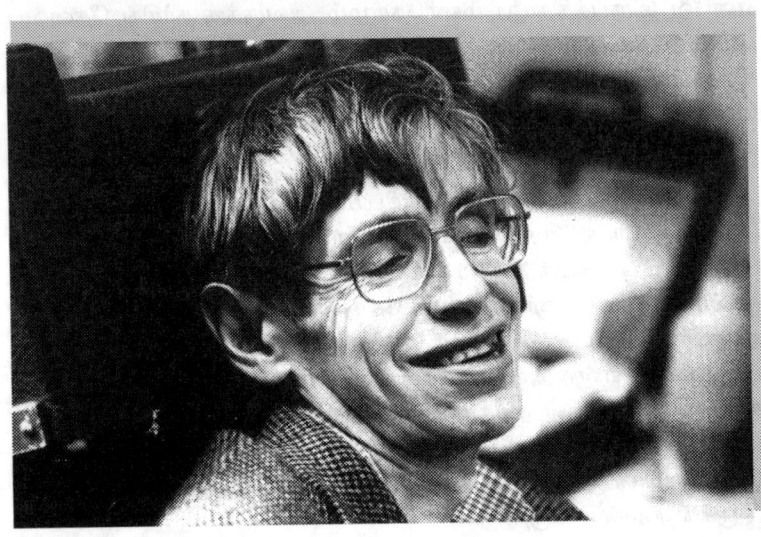

"நம்பமுடியாத அளவுக்குப் பிடிவாதமானவர். ஏதாவதொன்றில் மனதை வைத்துவிட்டாரென்றால் அவ்வளவுதான். அவர் ஒரு ஓஷன் லைனர் கப்பல் மாதிரி. ஒருமுறை முடிவு செய்த திசையை மாற்றிக்கொள்ளவே மாட்டார்" என்று அப்பாவைப் பற்றி பின்னர் லூஸி கூறினார்.

ஆனால் 1986 மார்ச்சில் அவரது அப்பா ஃப்ராங்க் இறந்து போனார். அது ஸ்டீஃபனுக்கு மிகுந்த அதிர்ச்சியாகவும் துயரமாகவும் இருந்தது. சில மாதங்களாகவே அவர் உடம்புக்கு முடியாமல்தான் இருந்தார். அவருக்கு அப்பாவை ரொம்பவும் பிடிக்கும்.

●●●

10. பணம், புகழ், பிரிவு

நேரம்போவதே தெரியாமல்
யோசித்துக்கொண்டிருந்தேன்
காலம் எப்போது
காலமாகும்?

ஸ்டீஃப்ன் ஹாகிங் எழுதிய A Brief History of Time என்ற நூலைப் படித்துக்கொண்டிருந்தபோது எனக்குத் தோன்றிய கவிதை இது! ஒரு குழந்தையின் வியப்பையும் ஒரு மேதையின் அறிவையும் இணைக்கும் புத்தகம் என்று அந்தப் புத்தகத்துக்கு விளம்பரம் செய்யப்பட்டது. அது ஒரு வகையில் உண்மைதான். Bantam Books வெளியீடாக அது வெளிவந்தது. லட்சக்கணக்கில் விற்றுத் தீர்ந்தது. இதுவரை பத்து மில்லியன் பிரதிகளுக்குமேல் விற்றுவிட்டது (ஒரு மில்லியனுக்கு நம் கணக்கில் பத்து லட்சமாம்)! சண்டே டைம்ஸ் பத்திரிக்கையில் நான்கு ஆண்டுகளாக 'பெஸ்ட் செல்லர்' புத்தகமாக இருந்தது. எல்லோராலும் வாங்கப்பட்ட, ஆனால் யாருமே படிக்காத புத்தகம் என்றும் இதைக் கூறுவதுண்டு!

பிரபஞ்சம், காலம் இவற்றின் ஆரம்பம், முடிவு பற்றிய ஒரு விஞ்ஞான புத்தகம் அது. ஆனால் விஞ்ஞானிகளல்லாத சாதாரண மனிதர்களுக்காக எழுதப்பட்ட புத்தகம். அதில் அச்சமூட்டும் கணித சமன்பாடுகள் எதுவும் இல்லை. என்றாலும் விஷயமே 'காஸ்மாலஜி' எனப்படும் பிரபஞ்சவியல் தொடர்பானதாக இருப்பதால், போகப்போக அது தன் சாதாரணத் தன்மையை இழந்து

புரியாமல் போய்விடுகிறது. புரியாமல் போய்விடுகிறது என்பதை விட, தொடர்ந்து படிக்க முடியாமல் போய்விடுகிறது.

ஒருமுறை வானவியல் பற்றி ஒரு விஞ்ஞானி (பெர்ட்ரண்ட் ரஸ்ஸலாக இருக்கலாம்) பொதுமக்களிடம் பேசினார். எப்படி சூரியனைச் சுற்றி பூமி வருகிறது, எப்படி நமது 'காலக்ஸி'யைச் சுற்றிக்கொண்டு சூரியன் பயணிக்கிறது என்றெல்லாம் சொன்னார். அவர் பேசி முடித்ததும் ஒரு வயதான அம்மா எழுந்து, "விஞ்ஞானி அவர்களே, நீங்கள் சொன்னது மடத்தனமாக உள்ளது. இந்த பூமி ஒரு தட்டையான தட்டைப் போன்றது. அது ஒரு ஆமையின் முதுகில் நின்றுகொண்டிருக்கிறது" என்று கூறினார். விஞ்ஞானி சிரித்துவிட்டு, "நல்லது பெரியம்மா, அந்த ஆமை எதன்மீது நின்றுகொண்டிருக்கிறது?" என்று கேட்டார்.

"நீங்கள் ரொம்ப புத்திசாலித்தனமாகப் பேசுகிறீர்கள். அந்த ஆமைக்குக் கீழே போகப்போக எல்லாமே கடலாமைகள்தான்" என்று பதில் கூறினார்!

இந்தக் கதையைச் சொல்லித்தான் தொடங்குகிறது அந்தப் புத்தகம். இந்தப் பிரபஞ்சத்தைப் பற்றி நமக்கு என்ன தெரியும்? எப்படித் தெரியும்? மற்றவர்களைவிட நமக்குத் தெரிந்ததுதான் சரி என்று எப்படி, ஏன் நினைக்கிறோம்? இந்தப் பிரபஞ்சம் எங்கிருந்து வந்தது? எங்கே போய்க்கொண்டிருக்கிறது? அதற்கு ஒரு ஆரம்பம் இருக்கிறதா? இருந்தால், அதற்கு முன் அது எங்கிருந்தது? எப்படி இருந்தது? காலத்தின் தன்மை என்ன? அது எப்போது துவங்கியது? எப்போது முடியும்? முடிவுக்கு வருமா? போன்ற கேள்விகளைக் கேட்டுக்கொண்டே, இந்த உலகம் பற்றி கிரேக்கர்கள், குறிப்பாக அரிஸ்டாட்டில், பின்னர் கோபர்நிகஸ், கலிலியோ, டாலமியெல்லாம் என்னென்ன சொன்னார்கள், எப்படி சிந்தித்தார்கள் என்று வரலாற்று ரீதியாக பல முக்கியமான தகவல்களையும் கொடுக்கிறது.

இந்தப் பிரபஞ்சம் ஏதோ ஒரு புள்ளியில் துவங்கியது என்றால், அதற்குமுன் காலம் இருந்தது என்ற கருத்து அர்த்தமற்றுப் போகிறது. பிரபஞ்சத்தைப் படைப்பதற்கு முன் கடவுள் என்ன செய்து கொண்டிருந்தார் என்று ஒரு கேள்வியைக் கேட்டுவிட்டு அந்தக் கேள்விக்கு தூய அகஸ்டின் சொன்ன பதிலை நம்மிடம் சொல்வதற்கு முன் ஸ்டீஃபன் ஹாகிங் தனக்கேயுரிய நகைச்சுவையுடன் ஒரு பதிலைத் தருகிறார்: "இந்த மாதிரி கேள்வி கேட்பவர்களுக்காக அவர் நரகத்தைப் படைத்துக்கொண்டிருந்தார்"!

காலம் என்பது பிரபஞ்சத்தின் கூறு, பிரபஞ்சம் படைக்கப்படுவதற்கு முன் காலம் என்ற ஒன்று இருக்கவில்லை என்று தூய அகஸ்டின் கூறியதாகவும் ஸ்டீஃபன் கூறுகிறார்.

பிரபஞ்சம் எப்படி பெரு வெடிப்பில் தோன்றியது, பின்னர் எப்படி அது விரிவடைந்துகொண்டே போகிறது, ப்ளாக் ஹோல்ஸ் என்பது என்ன, அவை எப்படி உண்மையில் கருப்பு அல்ல, அவற்றின் உள்ளே என்ன நடக்கிறது, பிரபஞ்சம் எப்போது முடியும் என்பது போன்ற விஷயங்கள் பற்றிப் பேசிச் செல்கிறது அந்தப் புத்தகம். அவ்வப்போது பல வியப்பூட்டும் தகவல்களையும் தருகிறது. உதாரணமாக, ஒரு ப்ளாக் ஹோலுக்குள் பத்து மின்சாரம் தயாரிக்கும் நிலையங்களை இயக்கும் அளவுக்கு உஷ்ணமும், சக்தியும் இருக்கிறதாம்!

கடவுள் நம்பிக்கை இல்லாத ஸ்டீஃபன் ஹாகிங் இந்தப் புத்தகத்தில் ஒரு இடத்தில் தனது குழப்பத்தை வெளிப்படுத்துகிறார். ''இந்தப் பிரபஞ்சம் எப்படி இயங்கும் இனி என்பது தொடர்பான சில விஞ்ஞான விதிகள் இருக்கின்றன. அவற்றின் அடிப்படையில் தான் அது இயங்கும். அந்த விதிகளைக் கடவுள் உருவாக்கி இருக்கலாம். ஆனால் அதன்பிறகு அதன் போக்கில் அவர் தலையிட வில்லை. ஆனால் நம்மால் புரிந்துகொள்ளக்கூடிய விதிகளின் அடிப்படையில் இந்தப் பிரபஞ்சம் பரிணாம வளர்ச்சி அடையுமாறு

அவர் ஏன் செய்தார்? விஞ்ஞானத்தில் ஒட்டுமொத்த வரலாறே அதுதான்'' என்று கூறுகிறார் அவர். கடவுள் நம்பிக்கைக்கும் கடவுள் மறுப்புக் கொள்கைக்கும் இடையில் அவர் ஊசலாடுவது தெரிகிறது.

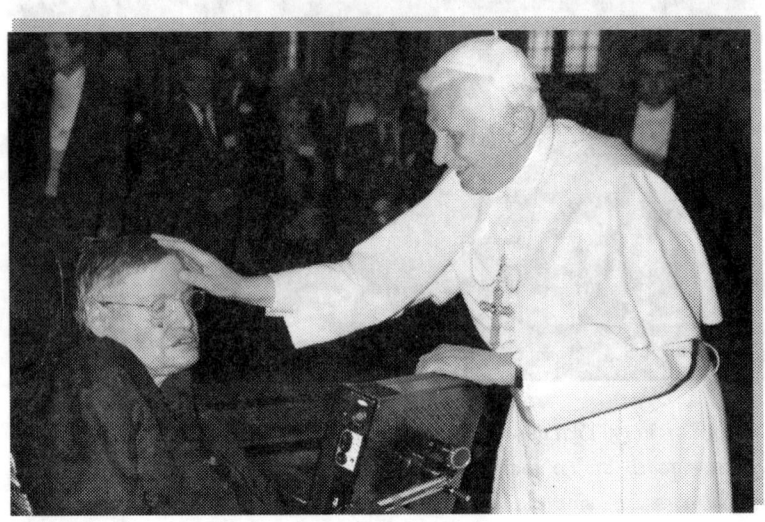

அந்த ஆண்டு வசந்த காலத்தில் ஜேனும் ஸ்டீஃபனும் ஜெருசலம் சென்று வுல்ஃப் ப்ரைஸ் இன் ஃப்சிக்ஸ் என்ற விருது பெற்று வந்தனர். அவருடைய பழைய நண்பர் ரோஜர் பென்ரோஸுக்கும் சேர்த்து அந்த விருது வழங்கப்பட்டது. அவர் இஸ்ரேலில் இருக்கும்போது, கடவுள் நம்பிக்கை இருக்கிறதா என்று ஒருவர் கேட்டார். ''கடவுளுக்கு இந்தப் பிரபஞ்சத்தில் இடமில்லை'' என்று அதற்கு அவர் பதில் கூறினார். ஜேனுக்கு அந்தப் பதில் ரொம்பவும் அதிர்ச்சியாக இருந்தது. தான் நம்பும் எதையுமே அவர் நம்பவில்லையே என்று அவர் கவலைப்பட்டார். ஸ்டீஃபனுடைய இந்த பதில் அவரிடம் கொஞ்சம் கசப்புணர்வையும் ஏற்படுத்தியது என்று சொல்லவேண்டும்.

ஸ்டீஃபனின் புத்தகம் கின்னஸ் புக் ஆஃப் ரெகார்ட்ஸிலும் இடம்பெற்றது. கிட்டத்தட்ட அறுபது மொழிகளில் அது மொழி பெயர்ப்பு செய்யப்பட்டது. யாருமே படிக்காத அல்லது படிப்பதற்குக் கடினமாக இருக்கும் அந்தப் புத்தகம் ஏன் அவ்வளவு, ஒரு phenomenal success என்று சொல்லும் அளவுக்கு அதிகமாக

விற்பனையானது? தன்னுடைய உடல் ஊனநிலை ஒரு காரணமாக இருக்கலாம் என்று ஸ்டீஃபனே கூறினார்!

கலிஃபோர்னியாவிலிருந்து ஒரு அழைப்பு வந்தது ஸ்டீஃபனுக்கு. கலிஃபோர்னியா பல்கலைக்கழகத்திலிருந்து ஹிச்காக் லெக்சரர்ஷிப் என்ற விரிவுரையாளர் அந்தஸ்து கொடுக்கப்பட்டது. அங்கே அவர் மூன்று உரைகள் நிகழ்த்தினார். எல்லாமே பிரபஞ்சம், ப்ளாக் ஹோல்ஸ் போன்றவை பற்றித்தான்.

பிரபஞ்சத்தைப் பற்றி கணவன் சிந்தித்துக்கொண்டிருக்கையில் வீட்டைப் பற்றி மனைவி சிந்தித்தார். வுல்ஃப் பரிசு மற்றும் புத்தகத்திலிருந்து வந்த ராயல்டி தொகை ஆகியவற்றை வைத்து சொந்தமாக ஒரு வீடு வாங்கினால் என்ன என்பது ஜேனின் எண்ணம். காம்ப்ரிட்ஜில் ஒரு சொத்து வாங்கலாமென்பது ஸ்டீஃபனின் கருத்து. கடைசியில் ''மூலின்'' என்ற ஒரு வீடு 1989 மார்ச்சில் வாங்கப்பட்டது. கிடுகிடுவென அதை மேம்படுத்தும் வேலைகளில் ஜேன் ஈடுபட்டார்.

இந்தப் புத்தகம் வெளியான பிறகு ஸ்டீஃபன் ஹாகிங் என்பது எல்லோருக்கும் தெரிந்த பெயரானது. அவர் ஒரு 'செலப்ரிட்டி' ஆகிவிட்டார். இந்தப் புத்தகத்தின் ஸ்பானிஷ் மொழிபெயர்ப்பின் வெளியீட்டுக்காக ஜேனும் மகள் டிமோதியும் ஸ்பெயினுக்குச் சென்றனர். உலகம் பூராவும் அறியப்பட்ட ஒரு மனிதராக ஸ்டீஃபன் இருப்பதில் ஜேனுக்குப் பெருமையாக இருந்தது. இந்தப் பிரபலம் எந்த அளவுக்குச் சென்றதென்றால், வருங்கால இயற்பியலாளர்கள் பலர் ஸ்டீஃபனின் வீட்டுக்குப் படையெடுக்க ஆரம்பித்தனர். அவரோடு பேச வேண்டும் என்று அவர்கள் துடித்தனர். லூஸியைத் திருமணம் செய்துகொள்கிறேன், ஆனால் என் ஆராய்ச்சிக் கட்டுரையை ஸ்டீஃபன் படிக்க வேண்டும் என்றுகூட ஒருவர் நிபந்தனை போட்டார்! ஸ்டீஃபன் ஹாகிங் பெயரால் டி-ஷர்ட்டுகள் பெருமளவில் விற்பனையாயின. கம்பானியன் ஆஃப் ஹானர் (Companion of Honour) என்ற உயரிய விருதும் அவருக்கு வழங்கப்பட்டது. ராணி

எலிசபெத் அதை வழங்கினார். காம்ப்ரிட்ஜ் பல்கலைக்கழகத்தின் கௌரவ முனைவர் பட்டமும் அவருக்கு வழங்கப்பட்டது. அதை ட்யூக் ஆஃப் எடின்பர்க் (Duke of Edinburg) வழங்கினார். ப்ரிஸ்டல் பல்கலைக்கழகம் உடல் ஊனமுற்றவர் களுக்காக ஒரு தங்கு மிடத்தைக் கட்டியது. அதற்கு ''ஹாகிங் ஹௌஸ்'' என்று பெயரிட்டது.

ஆனால் வாழ்க்கை என்பதே இன்பமும் துன்பமும் கலந்தது தானே? ஒரு கட்டத்தில் ''ஸ்டீஃபன் ஒன்றும் கடவுளல்ல'' என்று கூடப் பத்திரிக்கையாளர்களிடம் ஜேன் சொல்ல வேண்டி யிருந்தது. காரியதரிசி ஜூடி ஃப்லா வேலையை ராஜினாமா செய்தார்.

லட்சியக் குடும்பம் என்ற படிமம் உடையும் காலம் வந்தது. தனது செவிலியரின் ஒருவரான எலைன் மேசன்மீது ஸ்டீஃபனுக்குக் காதல் வந்தது. ஜேனுக்கு அதில் எந்த வருத்தமும் இல்லை. ஜொனாதன் மீதான தன் காதலை எப்படி ஸ்டீஃபன் பெரிய மனதோடு அங்கீகரித்துக் கொண்டாரோ அதேபோல இதையும் ஜேன் அங்கீகரித்துக்கொண்டார் சந்தோஷமாக. ஒருவகையில் அவருடைய மன உளைச்சல் போவதற்கும் காலம் கடந்த இந்தக் காதல் வழி செய்தது. ஜேனுக்கு ஜொனாதன் மீது காதல் வந்ததன் காரணத்தைப் புரிந்துகொள்ள முடிகிறது. ஸ்டீஃபனுக்குக் காதல் வந்ததைக்கூடப் புரிந்துகொள்ள முடிகிறது. ஆனால் எலைன் மேசனுக்கு ஸ்டீஃபன் மீது காதல் வந்ததுதான் எப்படி என்று புரியவில்லை. காதலுக்குக் கண் இல்லை என்று சும்மாவா சொன்னார்கள்!

விவாகரத்து மூலம் பிரிந்துவிடலாம் என்று தன் நோக்கத்தை விளக்கி ஜேனுக்கு ஒரு கடிதத்தை ஸ்டீஃபன் அனுப்பினார். அவர் விலகிக்கொண்டால் எலைன் மேசன் உள்ளே வரமுடியும் என்பதையும் குறிப்பிட்டார்.

திருமணம் முடிந்து இருபத்தைந்து ஆண்டுகள் கழித்து, 1995ன் வசந்தகாலத்தில் ஸ்டீஃபன் ஹாகிங்கும் ஜேன் வைல்டும் சட்டப்படி விவாகரத்து பெற்றனர். விஷயம் தெரிந்து பத்திரிக்கை யாளர்கள் வேட்டை நாய்களைப்போல வீட்டு வாசலில் குழுமிவிட்டார்கள் என்று ஜேன் பின்னர் கூறினார். உலகெங்கிலும் இருந்த இயற்பியலாளர்கள் வருத்தப்பட்டனர். யார் யாருக்குத் துரோகம் செய்திருப்பார்கள் என்று கிசுகிசுக்களும் பரவின. அதே ஆண்டு செப்டம்பர் மாதம் 16ம் தேதி எளிய முறையில் தேவாலய ஆசிகளோடு ஸ்டீஃபனும் எலைனும் திருமணம் செய்துகொண்டனர்.

●●●

முடிவாக சில வார்த்தைகள்

"தன்னுடைய மிகப்பெரிய சாதனை, தான் உயிரோடு இருப்பதுதான்" என்று ஹாகிங் கூறினார். இதைவிட சோகமான ஒரு கருத்தை ஒரு விஞ்ஞானி சொல்லியிருக்க முடியாது. அவருடைய வாழ்க்கை ஒரு பாடம். அதில் நாம் எடுத்துக்கொள்ள வேண்டியதும் உண்டு. எடுத்துக்கொள்ளக் கூடாததும் உண்டு. வாழ்வது வேறு, உயிரோடு இருப்பது வேறு. ஸ்டீஃபன் ஹாகிங் இரண்டையுமே செய்திருக்கிறார். ஆனால் உயிரோடு இருப்பதே பெரிய போராட்டமாக இருக்கும் சூழ்நிலையிலும். அவருடைய சாதனை ஒரு மனிதனால், ஒரு விஞ்ஞானியால் செய்யமுடிந்த உச்ச கட்ட சாதனை என்றுதான் சொல்லத் தோன்றுகிறது. அவர் சொன்னது சரியா தவறா என்று சொல்லும் தகுதி நமக்கில்லை. அது இப்போது முக்கியமும் அல்ல. உடல் முழுக்க செத்துப்போன நிலையில், ஒரு சக்கர நாற்காலிப் பிணமாக வாழ்ந்துகொண்டிருக்கும் ஒரு மனிதன், தன் சிந்தனையால் இந்தப் பிரபஞ்சத்தில் பறந்து சென்று, அதன் ஓட்டைகளுக்குள் பயணித்து, அதில் எவ்வளவு சூடுள்ளது, அது எந்த அளவு எடை கொண்டது, எந்த அளவு வேகம் கொண்டது, இன்னும் எத்தனை மில்லியன் ஆண்டுகள் அது தொடரும், எப்போது முடிவுக்கு வரும் என்பது பற்றியெல்லாம் துல்லியமாகச் சிந்தித்து சில உண்மைகளை இந்த உலகுக்குச் சொல்லியிருக்கிறார். அவரது உடல் இந்த உலகத்தில் கஷ்டப்பட்டுக் கொண்டிருந்தாலும், அவரது மூளை, மனம் எல்லாம் வேறு உலகத்தில் சஞ்சரித்துக்கொண்டுள்ளது.

அவர் சொன்னவையெல்லாம் சரியென்றோ அல்லது கொஞ்சம் சரியென்றோ, அல்லது முற்றிலும் தவறென்றோ, அல்லது கொஞ்சம்

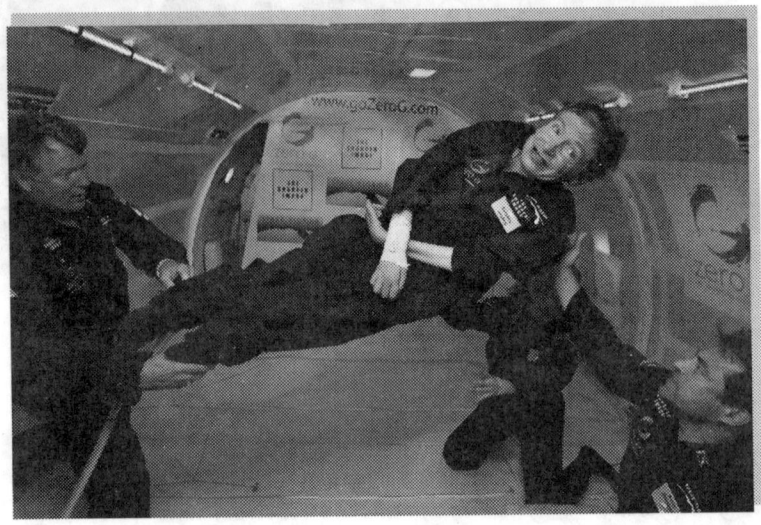

தவறென்றோ எதிர்கால விஞ்ஞானிகள் கூறலாம். அது வேறு விஷயம். உடல் ஊனமற்ற எத்தனையோ மனிதர்கள் மன ஊனம் கொண்டவர்களாக இருக்கிறார்கள். உடல் ஊனமுற்ற எத்தனையோ மனிதர்கள் மன ஆரோக்கியம் கொண்டவர்களாக இருக்கிறார்கள். அப்படிப்பட்ட ஒரு சாதனையாளர்தான் ஸ்டீஃபன் ஹாகிங். அவர் நோபல் பரிசு பெறும் நிகழ்ச்சியும் நம் கண் முன்னே நடக்கலாம். அவர் வாழ்க்கையிலிருந்து நாமனைவரும் தெரிந்துகொள்ள வேண்டிய முக்கியமான விஷயம் இதுதான். உடல் நிலை எப்படிப்பட்டதாக இருந்தாலும், மன உறுதியும் லட்சியமும் இருந்தால், மருத்துவ உலகம் சொல்வதைப் பொய்யாக்கி, நாம் நிச்சயம் உயிர் வாழ்வோம் சாதனையாளர்களாக. இதுதான் அவரது வாழ்வு நமக்குச் சொல்லும் செய்தி. இறைநம்பிக்கை இல்லாத மாபெரும் விஞ்ஞானி ஸ்டீஃபன் ஹாகிங் ஆரோக்கியமாக வாழ வேண்டும் என்று சொல்லமுடியாவிட்டாலும், இன்னும் நீண்டகாலம் உயிர்வாழ வேண்டும் என்று கருணைமிக்க இறைவனைப் பிரார்த்திக்கிறேன்.

●●●